穿越時空
越南神話故事

陳柔蒨 —— 編譯

Xuyên không vào truyện cổ tích Việt Nam

劉序

劉柏宏
中央研究院中國文哲研究所

　　這是一本引人入勝的讀物，能帶領讀者體會到離我們約莫三小時航程遠的另一國度：「越南」，她那帶有奇幻、浪漫，卻真實貼近人性的文化氛圍。我有幸在閱讀此書之際，體會到書中所介紹的，雖然都是越南古代神話傳說，但至今仍流傳於越南民間社會。猜想這些故事之所以深入人心而能源遠流長，原因之一在於它們大多涉及到「人與親族」、「人與自然」這兩大主題。

　　在故事情節裡，許多主人翁都是雄王的後嗣。他們承接相同的血緣，卻又隨各人境遇的不同，引發彼此的衝突緊張、或是合作互助，由此譜出複雜卻真實的樂章。隨著故事的起伏推展，每個世代的讀者都可以在當中看到自己生命的影子。同時，通過這些故事，也使我們領略到主人翁與大自然的關係密切。天地雖然無情地為生存帶來挑戰，但更多時候卻能成為面對人世難題時，人們尋得支持與解方的來源。在這些故事裡體現出人們敬畏天地，更敬愛天地的精神。身處現代社會，你我雖然皆受到身分、職業、意識形態種種牽線繫縛著，但仍無法防止我們失落。現代心靈充斥的疏離與虛無，或許只有回到大自然的懷抱纔能得到安慰與復原。「人與親族」、「人與自然」幫助我們更進一步體會越南民族的基本世界觀。

例如，越南民族的傳統生活便充分體現如此之世界觀。目前對於越南村落共同體的研究指出，村落的結構是以血緣親族為基礎，集結不同家族而形成的村。在村中的亭，則是公共集會與信仰的中心。每個人生來便繫屬於一村，若被原村逐出也無法加入他村。「村」的型態正是個人與親族、自然兩大關係的綜合呈現。傳說故事是我們認識文化的津梁，若能更嚴肅分析這些傳說故事，相信對於越南民族與文化的認識，會有更為深刻的體認。

近年我因研究與任務之故，有機會進行越南相關研究。在語言文字、文化差異等疏隔挑戰下，有幸得力於陳柔蒨學妹的幫助。她生於胡志明市，祖籍廣東，自小對於中越文化多有接觸。我很樂意推薦此書給對越南充滿好奇，想一探究竟的讀者。盼你我都能從中有不同的收穫！

劉柏宏
謹誌於中央研究院中國文哲研究所

Lời tựa của thầy Lưu

Lưu Bá Hoằng
Viện nghiên cứu Văn học và Triết học Trung Quốc, Viện Hàn Lâm Trung ương

Đây là một cuốn sách hấp dẫn, lôi cuốn người đọc cùng đi trải nghiệm một quốc gia mang đậm bầu không khí văn hóa kỳ ảo, lãng mạn nhưng lại rất chân thực và gần gũi với con người, nhưng chỉ cách chúng ta khoảng ba giờ bay, đó là đất nước "Việt Nam". Tôi may mắn được đọc cuốn sách này và cảm nhận rằng những gì được giới thiệu trong đó, tuy đều là các truyền thuyết, thần thoại cổ xưa của Việt Nam, nhưng đến nay vẫn còn lưu truyền rộng rãi trong xã hội dân gian Việt Nam. Tôi thầm nghĩ, lý do khiến những câu chuyện ấy đi sâu vào lòng người và có thể trường tồn theo năm tháng, một phần là vì chúng hầu hết xoay quanh hai chủ đề lớn: "con người và gia tộc" cùng với "con người và thiên nhiên".

Trong các tình tiết của câu chuyện, nhiều nhân vật chính đều là hậu duệ của các vua Hùng. Tuy cùng dòng máu, nhưng mỗi người lại có hoàn cảnh khác nhau, từ đó gây ra mâu thuẫn, xung đột hoặc hợp tác, tương trợ lẫn nhau, viết nên một bản nhạc vừa phức tạp lại vừa chân thật. Cùng với diễn biến thăng trầm của câu chuyện, người đọc ở mỗi thế hệ đều có thể nhìn thấy bóng dáng cuộc đời mình trong đó. Đồng thời, qua những câu chuyện này, chúng ta cũng cảm nhận được mối quan hệ mật thiết giữa nhân vật chính và thiên nhiên. Trời đất tuy đôi khi vô tình, mang đến những thử thách cho cuộc sống, nhưng phần nhiều lại là chốn nương tựa, giúp con người tìm được sự hỗ trợ và lời giải cho những khó khăn trong cuộc đời. Trong những câu chuyện ấy, tinh thần kính sợ trời đất và hơn thế là tình yêu với trời đất được thể hiện rõ nét. Dù sống trong xã hội hiện đại, mỗi chúng ta đều bị trói buộc bởi thân phận, nghề nghiệp, hình thái ý thức ..., nhưng điều đó không ngăn được cảm giác lạc lõng. Có lẽ chỉ khi quay về với vòng tay thiên nhiên, tâm hồn hiện đại đầy xa cách và trống rỗng mới được an ủi và chữa lành. Hai mối quan hệ "Con người với gia tộc" và "Con người với thiên nhiên" giúp ta hiểu sâu sắc hơn về thế giới quan cơ bản của dân tộc Việt Nam.

Chẳng hạn, lối sống truyền thống của người Việt thể hiện rất rõ thế giới quan ấy. Những nghiên cứu gần đây về cộng đồng làng xã Việt Nam chỉ ra rằng, cấu trúc của làng xã được hình thành dựa trên nền tảng huyết thống, quy tụ nhiều dòng họ khác nhau. Ngôi đình trong làng chính là trung tâm sinh hoạt cộng đồng và tín ngưỡng. Mỗi người sinh ra đã thuộc về một làng nhất định, nếu bị đuổi khỏi làng cũ thì cũng không thể gia nhập làng khác. Mô hình "làng" là sự thể hiện tổng hợp hai mối quan hệ lớn của con người với gia tộc và với thiên nhiên. Câu chuyện truyền thuyết là cầu nối giúp chúng ta hiểu về văn hóa, và nếu có thể nghiêm túc phân tích những câu chuyện truyền thuyết này, tôi tin rằng chúng ta sẽ có được sự nhận thức sâu sắc hơn về dân tộc và văn hóa Việt Nam.

Gần đây, nhờ công việc nghiên cứu và nhiệm vụ học thuật, tôi có cơ hội tìm hiểu về Việt Nam. Dù gặp phải những rào cản về ngôn ngữ và khác biệt văn hóa, tôi may mắn nhận được sự giúp đỡ từ sinh viên Đông Lệ Quyên. Cô sinh ra tại Thành phố Hồ Chí Minh, gốc Quảng Đông, từ nhỏ đã có nhiều trải nghiệm giao thoa giữa văn hóa Trung Quốc và Việt Nam. Tôi rất vui được giới thiệu cuốn sách này đến những độc giả đang hiếu kì và muốn khám phá đất nước Việt Nam. Mong bạn và tôi đều sẽ thu nhận được những điều ý nghĩa từ cuốn sách!

Lưu Bá Hoằng

Trân trọng hạ bút tại Viện Văn học và Triết học Trung Quốc, Viện Hàn lâm nghiên cứu Trung ương

之間：越南神話在台灣文學綻放

戴華萱
真理大學台灣文學系

　　當一個人在異鄉學習時，他／她不只是學知識，同時也在學著如何思考自己的根，如何讓「家」這個概念變得更加具象，甚至讓它能夠流動起來——在不同語言之間，在不同文化之間，在不同的情感之間。這是一種很大的挑戰，甚至，這是一種勇氣。

　　向來不按牌理出牌的柔蒨做了一件很特別的事：她在台灣學習，卻不只是吸收，而是選擇帶來——她把越南神話故事翻譯成華語，讓我們能夠以我們熟悉的語言，走進她的文化，看見她的世界。這件事，既是學習的結果，也是學習的開始。因為當她翻譯這些故事的時候，她不只是「把語言換過來」，而是重新閱讀、理解，甚至重新詮釋這些故事在不同語境中的意義。

　　這是我們在台灣文學系想要看到的風景——跨海而來的學生們不只是單向地吸收知識，而是能夠反芻、能夠轉化、能夠創造新的對話。藉由柔蒨的翻譯，讓我們有機會透過越南的神話故事，看見東南亞的文化如何在千百年來形塑一個民族的精神。如〈龍子仙孫傳說〉這篇就承載著越南人民的信仰與價值觀，也流淌著他們對自然、對命運的理解。在這本書的故事中，我們可以看見勇士與神靈的交會，見證愛情與犧牲的交織，感受到人們對於家園的依戀，以及對未來的渴望。這不僅僅是翻譯，而是一種分享，一種對文化的珍視與尊重。

翻譯從來就不只是單純技術性轉換。語言與語言之間，從來不是「一對一」替換，每個字詞，每個句法，每個故事的鋪陳，甚至每個人物的語氣，都像是一座山、一條河、一片森林，它們在原文裡自有它們的重量。但，當我們試圖將它們帶到另一個語言時，該怎麼確保它們還能保有原來的氣味？原來的情感？原來的靈魂？這是翻譯最迷人也最難的地方。而在這本書裡，柔蒨不只是傳遞了越南神話，更帶來了情感的溫度與文化的韻律。也因為這樣，柔蒨讓更多台灣的讀者有機會深入的接觸越南的文化，理解越南的歷史，感受到越南的敘事美學。這樣的跨文化交流，讓文學不再只是「我們的」，而是成為「彼此的」。文學的邊界因此而變得模糊，在這樣的模糊之間，正是文學最自由、最迷人，也最令人期待的地方。

閱讀這些故事時，我們或許會想起自己曾有的童年，是如何盼望著神話中的龍神、仙女、勇士；如何相信在現實之外，有另一個世界溫柔地閃耀著。雖然語言不同，但文學之所以迷人，不正是因為同情共感嗎？因此，當我們翻閱這本書時，彷彿看到越南的孩子正屏氣凝神地聆聽祖輩訴說這些神話；而這與我們在孩提時代的某個夜晚，有著驚人的相似。

我相信，這本書對柔蒨來說不只是個人學習的初步成果，更是一種提問：我們如何在這個多語、多文化的世界裡，找到屬於自己的位置？我們如何讓故事穿越語言，仍然擁有它的靈魂？我們如何透過翻譯，讓不同的文化彼此相遇，而不只是擦肩而過？

這本越南神話故事集是一份珍貴的禮物，它來自越南，落腳於台灣；最終將進入更多人的心裡，成為另一種文化對話的開始。

戴華萱

真理大學台灣文學系系主任

2025 年 2 月 19 日

穿越時空越南神話故事
Xuyên không vào truyện cổ tích Việt Nam

Giao thoa: Thần thoại Việt Nam nở rộ trong văn học Đài Loan

Đới Hoa Huyên
Khoa Văn học Đài Loan - Trường Đại Học Chân Lý

Khi một người học tập nơi đất khách quê người, họ không chỉ đang học tri thức, đồng thời cũng đang học cách suy ngẫm về cội nguồn của chính mình, học cách hiểu cụ thể hơn khái niệm về "gia đình", hơn nữa giúp nó có thể chuyển động giữa các ngôn ngữ, giữa các nền văn hóa, giữa những cung bậc cảm xúc khác nhau. Đó là một thử thách lớn, còn là một sự can đảm.

Từ trước đến nay luôn đi con đường riêng của mình, Lệ Quyên đã làm một việc khá đặc biệt: Em ấy học tập tại Đài Loan, nhưng không chỉ tiếp thu mà còn chọn cách truyền đạt: Em đã dịch các câu chuyện thần thoại Việt Nam sang tiếng Hoa, giúp chúng ta có thể dùng ngôn ngữ quen thuộc của mình để bước vào nền văn hóa của em ấy, nhìn thấy thế giới của em ấy. Việc này vừa là kết quả của việc học, đồng thời cũng là điểm khởi đầu trong học tập. Bởi vì khi dịch thuật những câu chuyện này, em không chỉ làm công cuộc "chuyển đổi ngôn ngữ", mà là đọc lại, thấu hiểu lại, thậm chí diễn giải lại ý nghĩa của những câu chuyện trong ngữ cảnh khác nhau.

Đây chính là điều mà khoa Văn học Đài Loan của chúng tôi mong muốn được nhìn thấy những sinh viên đến từ vùng đại dương bên kia, không chỉ tiếp nhận kiến thức một chiều, mà còn có khả năng nghiền ngẫm, chuyển hóa và tạo nên những cuộc đối thoại mới. Thông qua bản dịch của Lệ Quyên, chúng ta có cơ hội hiểu sâu hơn về văn hóa Đông Nam Á được hình thành trong suốt hàng nghìn năm, đã hun đúc nên tinh thần của một dân tộc như thế nào. Chẳng hạn, truyện Truyền thuyết con rồng cháu tiên mang trong mình tín ngưỡng và giá trị của người Việt, đồng thời phản ánh cách họ thấu hiểu về thiên nhiên và vận mệnh. Trong những câu chuyện của cuốn sách này, chúng ta thấy được những cuộc gặp gỡ giữa dũng sĩ và thần linh, chứng kiến sự đan xen giữa tình yêu và hy sinh, cảm nhận được nỗi quyến luyến quê hương và khát vọng hướng tới tương lai. Đây không chỉ là một bản dịch, mà là một sự sẻ chia, một cách trân quý và tôn trọng văn hóa.

Công việc dịch thuật xưa nay chưa bao giờ chỉ là kỹ thuật chuyển đổi đơn thuần, giữa ngôn ngữ với ngôn ngữ, không hề tồn tại một sự thay thế "một đối một". Mỗi từ ngữ, mỗi cấu trúc câu, mỗi cách trình bày của câu chuyện, thậm chí cả giọng điệu của từng nhân vật trong nguyên tác, đều như một ngọn núi, một dòng sông, một cánh rừng, chúng tự mang trong mình trọng lượng nhất định. Thế nhưng, khi ta cố gắng mang chúng sang một ngôn ngữ khác, làm sao để chúng vẫn giữ được hương vị ban đầu? Cảm xúc ban đầu? Linh hồn ban đầu? Đó là điểm hấp dẫn nhất cũng là thử thách lớn nhất của việc dịch thuật. Và trong cuốn sách này, Lệ Quyên không chỉ truyền tải thần thoại Việt Nam, mà còn mang đến cả hơi ấm cảm xúc và giai điệu văn hóa. Chính nhờ vậy, Lệ Quyên đã giúp cho nhiều độc giả Đài Loan có cơ hội tiếp cận sâu sắc hơn với văn hóa Việt Nam, hiểu được lịch sử Việt Nam, cảm nhận được thẩm mỹ trong cách kể chuyện của người Việt. Với sự giao thoa văn hóa này khiến văn học không còn chỉ là "của riêng chúng ta", mà trở thành "của nhau". Nhờ đó làm mờ dần khoảng cách ranh giới văn học, và chính sự mờ dần ấy, văn học mới thực sự tự do, lôi cuốn và đáng để mong chờ.

Khi đọc những câu chuyện này, có lẽ chúng ta sẽ nhớ về tuổi thơ của chính mình, đã từng mong chờ những thần rồng, tiên nữ, hay dũng sĩ trong thần thoại, đã từng tin rằng ngoài thế giới hiện thực kia, còn tồn tại một thế giới khác lấp lánh và dịu dàng. Dù ngôn ngữ khác nhau, nhưng điều khiến văn học trở nên lôi cuốn, chẳng phải chính vì sự đồng cảm hay sao? Vì vậy, khi ta đọc cuốn sách này, như thể đang thấy những đứa trẻ Việt Nam đang chuyên chú tập trung lắng nghe ông bà kể lại những câu chuyện thần thoại, và giống nhau đến lạ thường như thể một đêm nào đó trong tuổi thơ của chính mình.

Tôi tin rằng, cuốn sách này đối với Lệ Quyên không chỉ là bước đầu trong thành quả học tập, mà còn là một câu hỏi: Chúng ta làm thế nào để tìm được vị trí của chính mình trong một thế giới đa ngôn ngữ, đa văn hóa như hiện nay? Làm thế nào để những câu chuyện vượt khỏi rào cản ngôn ngữ vẫn giữ được linh hồn của chúng? Làm thế nào để thông qua dịch thuật, giúp các nền văn hóa hội ngộ, thay vì chỉ chạm mặt lướt qua?

Tập truyện thần thoại Việt Nam này là một món quà quý giá, nó đến từ Việt Nam và đặt chân lên mảnh đất Đài Loan, và rồi sẽ đi vào trái tim của nhiều người, trở thành điểm khởi đầu cho một cuộc đối thoại văn hóa mới.

Đới Hoa Huyên

Khoa văn học Đài Loan - Trường Đại học Chân Lý

Chủ Nhiệm khoa

Ngày 19 Tháng 2 Năm 2025

真理善良的遞嬗，台越文化的交流

蔡造珉
真理大學台灣文學系副教授
兼新北市淡水社區大學主任

　　翻譯其實是一種「再創作」的概念，無論是不同國家語言的對譯、方言與方言彼此的解釋，又或者是文言與白話之間的翻譯，均是如此。其難處如：在專有名詞上選擇的是直譯還是意譯？在文字展現上是要典雅而具美感，還是大眾或富趣味性？凡此等等，都考驗著翻譯者深厚的文化底蘊、扎實的文學筆力以及受眾的年齡要求。

　　在柔蒨所揀擇的這十四篇越南神話傳說中，面向相當廣，舉凡越南人的由來（〈龍子仙孫傳說〉）；對大自然災害的應變（〈山精水精〉）；民間習俗的典故（〈蒸餅，糍粑〉）；不可貪婪且兄友弟恭的可貴（〈吃楊桃換金〉、〈取天還地〉）；善有善報、惡有惡報的不變真理（〈石生和李通〉）……等等，方方面面喻示著越南先賢的智慧與勸善教化、溫柔敦厚的風俗民情與人間準則，著實有趣。而實用性上，由於是中越對譯，這本書做為教材使用，我個人以為也相當適切。

　　國與國之間因為語言的隔閡，或許並不彼此理解，但透過作品的翻譯，能深一層地讓彼此知悉各自的歷史脈絡與文化啟承，在早已是天涯若比鄰「地球村」的當下，這項工作更形重要。柔蒨來台讀書多年，也從我修過數門課程，在學習過程中，我深刻觀察到她謙遜好學且笑容可掬、個性溫柔，顯然已足以成為越南的形象大使，因此也多方鼓勵她未來可從事台越雙方交流的相關工作，但她總是謙虛地說自己能力尚不足，可我要說的是，這本書的出版，顯然又使兩國於互識上進展了小小一步，而柔蒨妳也成為了一個小外交官呢！

蔡造珉　謹誌
真理大學台灣文學系副教授兼
新北市淡水社區大學主任
2025 年 01 月 26 日

Truyền nhau Chân Lý lương thiện, giao lưu văn hóa Đài-Việt

Thái Tạo Mân
Phó giáo sư khoa văn học Đài Loan-Trường Đại học Chân Lý-
Kiêm Chủ Nhiệm Đại học Cộng Đồng Đạm Thủy, thành phố
Tân Bắc

Công việc dịch thuật thực chất là một hình thức "Tái sáng tạo", bất kể là chuyển ngữ giữa các quốc gia, giải thích giữa các phương ngữ, hay là chuyển đổi từ văn ngôn sang bạch thoại, đều mang ý nghĩa như vậy. Những khó khăn sẽ gặp phải như: với danh từ riêng thì nên dịch trực tiếp hay dịch nghĩa? Trong cách thể hiện văn từ, nên theo hướng trang nhã mang tính thẩm mỹ, hay thú vị và dễ gần gũi đại chúng? Những lựa chọn như thế đều đòi hỏi người dịch phải có nền tảng văn hóa sâu sắc, bút lực văn học vững vàng và cả sự cân nhắc đến độ tuổi của đọc giả.

Trong mười bốn truyện thần thoại Việt Nam mà Lệ Quyên đã tuyển chọn, chủ đề rất đa dạng: từ nguồn gốc của người Việt "Truyền thuyết Con Rồng Cháu Tiên", cách ứng phó với thiên tai "Sơn Tinh Thủy Tinh", điển tích về tập tục dân gian "Bánh Chưng bánh Dày", bài học về lòng tham và tình thân huynh đệ đáng quý "Ăn khế trả vàng", "Của Thiên Trả Địa", cho đến chân lý bất biến về thiện có thiện báo, ác có ác báo "Thạch Sanh và Lý Thông".... Từng câu chuyện đều ẩn chứa trí tuệ của người xưa, phong tục tập quán giáo hóa khuyên thiện, hiền hòa trung hậu và chuẩn tắc làm người của dân tộc Việt Nam, quả thật rất thú vị. Về giá trị thực tế, vì sách có phần song ngữ Trung-Việt, nên theo cá nhân tôi, hoàn toàn phù hợp để làm tài liệu giảng dạy.

Rào cản ngôn ngữ giữa các quốc gia sẽ khiến chúng ta không hiểu được nhau, nhưng thông qua dịch thuật, ta có thể hiểu sâu hơn về bối cảnh lịch sử và dòng chảy văn hóa của nhau. Trong thời đại "Toàn cầu là một ngôi làng" như hiện nay, công việc này càng trở nên quan trọng hơn. Lệ Quyên đã học tập tại Đài Loan nhiều năm, cũng từng tham gia nhiều môn học của tôi. Trong quá trình học, tôi nhận thấy em là người khiêm tốn, ham học hỏi, luôn nở nụ cười hiền hậu và có tính cách dịu dàng hoàn toàn xứng đáng trở thành "Đại sứ hình ảnh" của Việt Nam. Vì thế, tôi nhiều lần khuyến khích em theo đuổi các công việc liên quan đến giao lưu văn hóa giữa Đài Loan và Việt Nam trong tương lai. Tuy nhiên, em luôn khiêm nhường nói rằng năng lực của mình còn kém cỏi. Nhưng tôi muốn nói rằng, việc xuất bản cuốn sách này chính là một bước tiến nhỏ trong việc thúc đẩy sự hiểu biết giữa hai quốc gia, và Lệ Quyên đã trở thành một "nhà ngoại giao nhỏ" rồi đấy!

Thái Tạo Mân Trân Trọng

Phó giáo sư Khoa Văn học Đài Loan-Trường Đại học Chân Lý-Chủ nhiệm Đại học Cộng Đồng Đạm Thủy, thành phố Tân Bắc

Ngày 26 tháng 1 năm 2025

期待開啟更多的可能

張晏瑞
萬卷樓圖書公司總編輯

到真理大學開設產業課程，已經十多年了。還記得當時是在田啟文老師的邀請，以及梁總經理的支持下，到真理大學兼任圖書編輯與出版企劃兩門課。每週二下午固定到真理大學跟同學們分享出版產業的工作心得。

當時田啟文老師剛到真理大學，努力推動產學合作，致力於產業實習的推廣，打破了原本人文學科長期學院派主義的一種思維，讓學生能夠提早與職場接軌，獲得許多的好評，也吸引不少同學就讀。這樣的方式，後來也引起其他學校的仿效，在提高文學院學生就業的前提下，實習與產業課程，陸陸續續地在各個大學開設了。

產業課程與實習活動推廣後，系上進一步推動「畢業專題製作」的課程安排。在過去台文系同學畢業前須完成畢業小論文撰寫的規定下，開闢了另一種選擇，也就是製作畢業專題的選項。同學們可以在實習之後，尋找業界教師，製作一個畢業專題，並且在學校老師的把關，以及審核底下，舉辦專題發表會，取代畢業小論文的撰寫。讓畢業後，想直接進入職場就業的台文系同學，能夠多一個提早接觸職場，增加就業機會，產出實務成果的一個機會。

在這樣的規劃底下，幾位有志於從事出版產業的同學，來找我指導。希望能夠藉由實習，同時編輯一本書，作為畢業專題製作。這些同學，多半是修了課，再來找我簽署指導同意書的。藉由這樣的方式，有三個同學已經畢業。他們分別在實習過後，編輯出版一本書，舉辦專題發表會，完成專題製作的考核。其中有兩位，他們作為萬卷樓的特約編輯，分別編輯了香港作者草川先生與席輝女士的大作，獲得作者的肯定。身為編輯，能夠讓作者肯定，並且讓著作順利地出版，無疑他的工作是成功的。另外一位同學，他比較特別，自己創作繪畫，計劃出版一系列的繪本，同時運用自己的編輯能力，將繪本出版出來。在這位同學的努力之下，第一本繪本順利出版，也順利畢業，現在他已經出版了三本繪本。他的作品受到圖書館和民眾的收藏，每年都有可觀的版稅收入，這也是一種很好的成果展現。作為一個老師，看到學生能夠有機會，展現自己的才華，表現自己的能力，這是最令人開心的事情。

柔蒨是我指導的第一位外籍學生。他在課堂修課期間，相當認真，從不缺席每次上課，並且義務幫我做了很多班級事務工作，是一位好孩子，也是好學生。他在課後，收拾教室的時候，總會跟我聊幾句，分享大學生活的點滴。其中，他提到想要把越南的民間傳統故事，翻譯成中文跟台灣讀者分享，同時也讓台灣的新住民的小孩，有機會接觸到越南的母國文化。我覺得他這個想法很好，於是鼓勵他把這本書出版出來，並作為畢業專題製作的成果。柔蒨非常開心的同意了，同時也緊鑼密鼓的展開相關作品的收集，以及翻譯工作。到萬卷樓實習過後，他已經具備了編輯一本書的技能，於是這本書的編輯工作，自然由他一手策畫，安排進行。

　　這一本書的發想，是柔蒨在台灣求學期間的觀察。他發現台灣學生都很和善，但對越南文化還很陌生。此外對於台灣為數眾多的新住民第二代，對於自己母親的母國文化，也有所隔閡，他覺得非常的可惜。既然台灣對越南這麼友好，讓台灣的讀者了解越南的歷史跟文化，也是一件非常重要的事情。他希望透過越南傳統故事，讓大家了解越南，親近越南！

　　當稿件蒐集完成後，柔蒨開始進行翻譯工作，翻譯期間，對他的中文能力，也是一種磨練。柔蒨的口說能力非常好，但在書寫方面，還有進步的空間。藉由這本書的翻譯、編輯、出版，讓柔蒨有更多練習中文書寫的經驗。

　　我認為大學生畢業專題的訓練，重點強調的是經過，而不是結果。透過訓練，讓學生了解一個專案或專題操作的過程，這樣就已經達到訓練效果。柔蒨這本著作的翻譯出版，基本上已經達到了這樣的要求，甚至超過了這樣的要求。

　　柔蒨告訴我，他希望這本書，能夠上架網路書店，進行推廣和宣傳，讓更多的人看到這本書。我覺得這是他很難能可貴的一點，不是把事情做完就好，而是希望把事情盡量做好的心態！身為指導老師，對於學生的作品，能夠幫助的地方不多。但這個願望，應該還是能夠協助達成的。期待柔蒨這本書的出版，能夠讓更多讀者看見；也期待這本書的出版，能夠開啟柔蒨更多的可能。特此誌之，謹為之序。

張晏瑞

謹序於萬卷樓編輯部

2025 年 3 月 14 日

Kỳ vọng mở ra thêm nhiều khả năng mới

Trương Yến Thụy

Tổng biên tập Công Ty sách báo Vạn Quyển Lâu

Tôi đã giảng dạy các khóa học liên quan đến ngành công nghiệp xuất bản tại Đại học Chân Lý hơn mười năm nay. Vẫn còn nhớ lúc đó là nhờ lời mời của thầy Điền Khải Văn và sự ủng hộ của Tổng giám đốc Lương, tôi bắt đầu kiêm nhiệm giảng dạy hai môn "Biên tập sách" và "Lập kế hoạch xuất bản" tại đây. Mỗi chiều thứ Ba, tôi đều đến trường để chia sẻ với các bạn sinh viên những kinh nghiệm việc làm trong ngành xuất bản.

Thầy Điền khi đó vừa mới đến giảng dạy tại Đại học Chân Lý, đã nỗ lực thúc đẩy mô hình hợp tác giữa trường học và doanh nghiệp, chú trọng vào việc quảng bá hoạt động thực tập ngành nghề, phá vỡ tư duy học thuật truyền thống lâu đời của các ngành khoa học nhân văn, giúp sinh viên sớm tiếp cận môi trường làm việc thực tế. Mô hình này nhận được nhiều lời khen ngợi, cũng thu hút không ít sinh viên theo học.

Sau đó, cách làm này cũng được nhiều trường đại học khác học hỏi, dẫn đến việc các khóa học thực tập và đào tạo ngành nghề ngày càng được phổ biến rộng rãi, nhất là nhằm nâng cao cơ hội việc làm cho sinh viên các khoa văn học.

Sau khi thúc đẩy các khóa học ngành và hoạt động thực tập, khoa tiếp tục triển khai sắp xếp khóa học "Chuyên đề tốt nghiệp". Trước đây, sinh viên Khoa Văn học Đài Loan phải hoàn thành luận văn tốt nghiệp mới đủ điều kiện ra trường, nhưng giờ đây đã có thêm một lựa chọn mới, đó là thực hiện chuyên đề tốt nghiệp. Sinh viên sau khi thực tập, có thể tìm giảng viên đến từ doanh nghiệp để hướng dẫn thực hiện một chuyên đề tốt nghiệp, dưới sự giám sát và thẩm định của giảng viên trong trường, tổ chức buổi báo cáo chuyên đề, thay thế luận văn tốt nghiệp. Hướng đi này tạo điều kiện để sinh viên Khoa Văn học Đài Loan muốn trực tiếp bước vào công việc ngay sau khi tốt nghiệp có cơ hội tiếp xúc sớm với môi trường làm việc, nâng cao cơ hội việc làm và tạo ra những thành quả thực tế.

Dưới kế hoạch này, một vài sinh viên có chí hướng theo đuổi ngành xuất bản đã tìm đến tôi để xin được hướng dẫn. Các bạn hy vọng có thể thông qua khóa thực tập, đồng thời biên tập một cuốn sách làm chuyên đề tốt nghiệp. Phần lớn các sinh viên này đều đã hoàn thành khóa học có liên quan trước khi đến xin tôi ký tên vào giấy đồng ý hướng dẫn. Thông qua cách làm này, đã có ba sinh viên tốt nghiệp. Sau khi thực tập, họ lần lượt biên tập và xuất bản một cuốn sách, tổ chức buổi báo cáo chuyên đề và hoàn tất phần đánh giá chuyên đề tốt nghiệp. Trong số đó, có hai người là biên tập viên cộng tác cho nhà xuất bản Vạn Quyển Lâu, đã lần lượt biên tập tác phẩm của hai tác giả nổi tiếng đến từ Hồng Kông là ông Thảo Xuyên và bà Tịch Huy, đồng thời nhận được sự công nhận từ phía tác giả. Với vai trò là biên tập viên, nếu được tác giả công nhận và giúp tác phẩm xuất bản thuận lợi, không nghi ngờ gì nữa, công việc của họ đã rất thành công. Trong đó có một sinh viên khá đặc biệt, bạn ấy tự sáng tác tranh vẽ, lên kế hoạch xuất bản một loạt sách tranh, đồng thời vận dụng năng lực biên tập của mình xuất bản số sách tranh đó. Nhờ vào nỗ lực cá nhân, cuốn sách tranh đầu tiên của bạn ấy đã được xuất bản thuận lợi và hoàn thành yêu cầu tốt nghiệp. Hiện tại, bạn đã xuất bản được ba cuốn sách tranh. Tác phẩm của bạn được thư viện và người dân sưu tầm, mỗi năm đều có một khoản nhuận bút đáng kể, đó cũng là một thành quả rất đáng tự hào. Là một người thầy, được chứng kiến học trò có cơ hội thể hiện tài năng và năng lực của mình, đó là điều khiến tôi cảm thấy hạnh phúc nhất.

Lệ Quyên là sinh viên quốc tế đầu tiên mà tôi hướng dẫn. Trong thời gian học môn của tôi, em rất chăm chỉ, chưa từng vắng buổi học nào, còn tự nguyện hỗ trợ tôi làm nhiều công việc của lớp, là một đứa trẻ ngoan, một sinh viên gương mẫu. Sau mỗi buổi học, khi dọn dẹp lớp, em thường trò chuyện với tôi, chia sẻ những câu chuyện về cuộc sống đại học. Trong một lần trò chuyện, em đề cập đến việc muốn dịch các câu chuyện dân gian truyền thống Việt Nam sang tiếng Trung để chia sẻ với đọc giả Đài Loan, đồng thời giúp con em của những người nhập cư mới tại Đài Loan có cơ hội tiếp xúc với văn hóa quê mẹ là Việt Nam. Tôi cảm thấy đây là một ý tưởng rất hay, nên đã động viên em xuất bản thành sách, lấy đó làm kết quả cho chuyên đề tốt nghiệp. Lệ Quyên rất vui khi được ủng hộ và bắt đầu tích cực thu thập tư liệu, triển khai công việc dịch thuật.

Sau kỳ thực tập tại Vạn Quyển Lâu, em đã có đủ kỹ năng để biên tập một cuốn sách, nên toàn bộ quá trình biên tập cuốn sách này đều do Lệ Quyên tự tay lên kế hoạch và sắp xếp.

Ý tưởng cho cuốn sách xuất phát từ những quan sát trong thời gian Lệ Quyên học tập tại Đài Loan. Em phát hiện sinh viên Đài Loan rất thân thiện, nhưng vẫn còn khá xa lạ với văn hóa Việt Nam. Đối với con em của những người nhập cư mới tại Đài Loan, đặc biệt là thế hệ thứ hai, sự hiểu biết về văn hóa quê mẹ cũng còn nhiều khoảng cách, em cảm thấy vô cùng đáng tiếc. Trong bối cảnh Đài Loan có nhiều thiện cảm với Việt Nam, vì vậy, để đọc giả Đài Loan hiểu thêm về lịch sử và văn hóa Việt Nam là một điều vô cùng quan trọng. Cho nên, em mong rằng thông qua những câu chuyện dân gian, có thể giúp mọi người hiểu nhau hơn và gần gũi hơn với đất nước Việt Nam.

Sau khi thu thập xong tư liệu, Lệ Quyên bắt đầu công việc dịch thuật. Trong quá trình này, năng lực tiếng Trung của em cũng được rèn luyện rất nhiều. Khả năng nói tiếng Trung của Lệ Quyên vốn đã rất tốt, nhưng về kỹ năng viết thì vẫn còn không gian tiến bộ. Thông qua việc dịch thuật, biên tập và xuất bản cuốn sách này, giúp em có cơ hội thực hành kỹ năng viết tiếng Trung nhiều hơn.

Tôi cho rằng, chuyên đề tốt nghiệp ở bậc đại học, quan trọng nhất là quá trình chứ không phải kết quả. Thông qua rèn luyện, sinh viên sẽ hiểu được cách thực hiện một dự án từ đầu đến cuối, điều đó đã đạt được hiệu quả đào tạo. Dịch thuật và xuất bản cuốn sách này của Lệ Quyên, về cơ bản đã đạt được yêu cầu đó, thậm chí còn vượt qua cả mong đợi.

Lệ Quyên từng chia sẻ với tôi rằng, em hy vọng cuốn sách này có thể được đưa lên các nhà sách trực tuyến để quảng bá rộng rãi, giúp nhiều người biết đến cuốn sách này hơn. Tôi nghĩ đây là một điểm đáng quý của em, không chỉ muốn làm cho xong việc, mà còn muốn làm cho tốt nhất có thể! Với vai trò là người thầy chỉ đạo, tôi không giúp được nhiều cho tác phẩm của sinh viên, nhưng nguyện vọng này thì tôi nghĩ vẫn có thể hỗ trợ được phần nào. Tôi hy vọng cuốn sách của Lệ Quyên có thể được nhiều đọc giả biết đến, và cũng mong rằng việc xuất bản này sẽ mở ra thêm nhiều khả năng mới cho em trong tương lai. Xin ghi lại đôi dòng như một lời tựa giới thiệu về cuốn sách này.

Trương Yến Thụy

Trân Trọng hạ bút tại Ban biên tập Vạn Quyển Lâu

Ngày 14 Tháng 3 Năm 2025

目錄

001　劉柏宏　劉序
　　　Lưu Bá Hoằng　Lời tựa của thầy Lưu

007　戴華萱　之間：越南神話在台灣文學綻放
　　　Đới Hoa Huyên　Giao thoa: Thần thoại Việt Nam nở rộ trong văn học Đài Loan

015　蔡造珉　真理善良的遞嬗，台越文化的交流
　　　Thái Tạo Mân　Truyền nhau Chân Lý lương thiện, giao lưu văn hóa Đài-Việt

021　張晏瑞　期待開啟更多的可能
　　　Trương Yến Thụy　Kỳ vọng mở ra thêm nhiều khả năng mới

001　龍子仙孫傳說
　　　Truyền thuyết con rồng cháu tiên

011　渚童子
　　　Chử Đồng Tử

023　扶董天王（揀聖）

　　　Phù Đổng Thiên Vương (Thánh Gióng)

031　蒸餅，糍粑

　　　Bánh Chưng Bánh Dày

043　梅安纖（西瓜事跡）

　　　Mai An Tiêm（Sự tích quả dưa hấu）

051　山精水精

　　　Sơn Tinh Thủy Tinh

059　仲始與媚珠

　　　Trọng Thủy-Mị Châu

069　椰子殼

　　　Sọ Dừa

081　吃楊桃換金

　　　Ăn khế trả vàng

089　取天還地

　　　Của Thiên trả Địa

099　一百節竹子

　　　Cây tre trăm đốt

109 石生和李通

Thạch Sanh và Lý Thông

125 聰明小孩

Cậu bé thông minh

137 望夫石

Hòn vọng phu

145 後記

Hậu Kí

龍子仙孫傳說

一　原文

　　從前，在嶺南地區，有一位非常強壯的領袖，叫做祿續，號涇陽王。他不僅能在陸地上健步如飛，連在水裡也能來去自如。有一天，他在洞庭湖散步，巧遇了龍王的女兒——龍女。兩人很快結為夫妻，不久之後生下了一個兒子，叫做崇纜，號稱貉龍君。貉龍君長大後，也繼承了父親的超能力，能夠在陸地和水中自由活動。

　　當時，嶺南地區還很荒蕪，妖魔鬼怪橫行，使當地百姓生活在恐懼中。貉龍君決定為民除害，於是向父親請求讓他去除妖安民。

　　有一天，貉龍君來到東海，遇到了一條魚精。魚精非常巨大，經常吞噬路過的船隻和人，當地人時刻感到恐懼驚慌。貉龍君決定消滅魚精，讓當地人民得以安居。他用劍將魚精斬成了三段，徹底消滅了這個禍害，當地百姓感激不已。

消滅魚精後，貉龍君繼續行程，來到了龍邊。在那裡遇到一隻九尾狐妖，這隻狐妖經常變身成普通人，混入村莊綁架小孩來吃，令當地人民每日都膽顫心驚，不得不逃離家園。貉龍君聽到消息後，獨自一人來到狐妖的巢穴，與它搏鬥激戰了三天三夜，最終，狐妖體力衰竭，設法逃跑了。貉龍君窮追不捨並將其刺殺，解救了被狐妖抓走的村民。眼看龍邊的居民恢復過去的平靜生活，貉龍君繼續前行。

他來到了峯州山，這裡有一棵千年古樹，已練成精。樹精經常化身成為人，偷竊村民的牛羊來充饑。貉龍君見狀，用大斧頭將樹木砍倒，木精也隨之死去。

消滅了這三大禍害後，貉龍君發現當地百姓生活貧困，於是教他們如何種植稻穀，並教他們用木材搭建房子來防禦野獸的侵害。

就在這時，北方的帝來國王與他美麗的女兒嫗姬來訪。帝來國王見貉龍君才貌雙全，便把女兒許配給他。於是，貉龍君與嫗姬成婚，並且很快就有了孩子。

一年後，貉龍君和嫗姬生下了神奇百胞胎。僅僅數日，這百胞胎便羽化成一百個孩子，個個都長得很快，且聰明又俊俏。

雖然貉龍君與嫗姬和孩子們一起生活，但他始終牽掛著自己的水族宮，經常回到水宮的故鄉，拋下嫗姬和孩子們。嫗姬時常抱怨，夫妻生活開始失去和諧，並責怪丈夫忽視家庭。貉龍君聽後，對嫗姬說：

> 我是龍，而你是仙。我們兩人一個喜歡在水中生活，一個喜歡在陸地生活。不如我帶著五十個孩子回到水裡去，你帶著五十個孩子上山，我們各自治理自己的領域。如有困難，可相互通報，相互幫助。

於是，兩人從此分開。貉龍君的長子留在峯州，成為文郎國的國王，號稱「雄王」，並且以這個稱號代代相傳。

貉龍君是擴展嶺南土地的人，而雄王則是建立國家的人，雄王的王位相繼傳承了十八代。從貉龍君與嫗姬的傳說中，越南人民認為自己是龍與仙的子孫。

二　譯者的話

故事敍述了越南民族的根源，和越南國的形成過程，由雄王建立了文郎國，於是，雄王王朝誕生了，並開始了建設和保護國家的歷程。故事詮釋了為何越南人民一直認為自己是龍與仙的後裔而感到自豪，並且非常尊崇歷史上開國的幾位國王。

每年農曆三月初十，越南人民都會舉行雄王祭祖盛典，讓全國人民紀念和感恩歷代雄王為建設國家作出的巨大貢獻。這是一個深具文化習俗的節日，體現了民族對開國鼻祖的感恩之情，和慎終追遠的精神，並且發揚愛國愛民、團結保護國家的傳統。於二〇〇七年四月二十六日，越南國會正式通過，定雄王忌日為國定假日。

從此，雄王祭祖日成為一個深植在人民心中的傳統，時刻提醒大家不要忘本，珍惜並傳承民族的美好價值。誠如相傳已久的一句民謠：

　　無論南來北往，銘記祭祖三月初十。

Truyền thuyết con rồng cháu tiên

1. Nguyên Văn

Ngày xưa ở Lĩnh Nam có một thủ lĩnh tên là Lộc Tục, hiệu là Kinh Dương Vương, khỏe mạnh vô cùng, có tài đi được trên cạn lẫn dưới nước. Một hôm chàng đi dạo chơi ở hồ Động Đình và gặp được Long Nữ con gái Long Vương. Hai người kết thành phu thê, không lâu sau sinh được người con trai tên là Sùng Lâm, lấy hiệu là Lạc Long Quân. Lớn lên Lạc Long Quân cũng khỏe mạnh như cha, cũng có tài đi được trên cạn lẫn dưới nước. Lúc bấy giờ vùng đất Lĩnh Nam vẫn còn hoang vu, yêu quái hoành hành không nơi nào yên ổn. Lạc Long Quân xin phép cha cho mình đi chu du khắp nơi giúp dân dẹp loạn.

Một hôm Lạc Long Quân đi tới vùng biển Đông, gặp một con cá lớn gọi là Ngư Tinh. Ngư Tinh to lớn lúc nào cũng làm hại người dân, nó nuốt tất cả thuyền lẫn người vào làm người dân nơi đây ai ai cũng khiếp sợ. Điều này khiến chàng quyết tâm phải tiêu diệt được Ngư Tinh, trả lại sự bình yên cho dân. Lạc Long Quân dùng gươm chém Ngư Tinh thành ba khúc và toàn thắng. Việc này làm người dân vô cùng biết ơn chàng.

    Sau khi diệt trừ được Ngư Tinh, chàng tiếp tục đến Long Biên, nơi đây gặp được Cửu Vĩ Hồ. Hồ yêu thường hóa thành người trà trộn vào dân thường để bắt cóc trẻ con ăn thịt. Điều này làm người dân sợ hãi nên phải bỏ xứ đến chỗ khác sinh sống. Nghe thấy vậy, Lạc Long Quân đã một mình đi đến cửa hang của Hồ Yêu. Một mình chàng đã đánh ba ngày ba đêm với Hồ Yêu. Cuối cùng Hồ Yêu đã mất sức và tìm đường chạy trốn. Lạc Long Quân đã đuổi theo và giết chết nó. Sau đó vào hang giải cứu những người dân còn lại. Sau khi thấy người dân ở Long Biên đã có cuộc sống yên ổn, chàng lại tiếp tục cuộc hành trình của mình. Rời Long Biên đến núi Phong Châu, nơi đây chàng thấy được một cây cổ thụ ngàn năm đã biến thành Mộc Tinh. Mộc Tinh hay biến thành người để trộm bò gà của người dân để ăn. Thấy thế Lạc Long Quân đã dùng rìu lớn để chặt bỏ cây. Cây ngã, Mộc Tinh cũng từ đó chết theo.

    Sau khi diệt trừ được ba con yêu quái, Lạc Long Quân thấy người dân nơi đây nghèo khó thiếu thốn nên chàng đã chỉ dạy dân cách trồng lúa, nếp và dùng gỗ làm nhà phòng thú dữ.

Lúc bấy giờ Đế Lai ở phương Bắc đến chơi mang theo một cô con gái xinh đẹp tuyệt trần tên là Âu Cơ. Thấy được Lạc Long Quân khôi ngô tuấn tú lại tài giỏi nên Đế Lai đã gả con gái của mình cho chàng. Hai người trở thành phu thê.

Lạc Long Quân và Âu Cơ lấy nhau được một năm thì sinh ra được một cái bọc có một trăm quả trứng. Sau mấy ngày, những quả trứng đó nở ra một trăm người con, ai cũng lớn nhanh như thổi và đều thông minh xinh đẹp.

Mặc dù ở với Âu Cơ và đàn con nhưng lúc nào Lạc Long Quân cũng nhớ đến Thủy Cung của mình. Chàng thường xuyên đi về Thủy Cung để lại Âu Cơ một mình với những người con. Việc này làm nàng thường xuyên trách mắng chồng. Cảm thấy cuộc sống không mấy hòa hợp, một hôm Lạc Long Quân đã nói với Âu Cơ rằng: "Ta là loài Rồng, nàng là giống Tiên. Hai ta một người thích ở dưới nước, một kẻ thích sống ở trên cạn không thể hoà hợp. Nay ta đem năm mươi người con sống dưới biển, còn nàng đem năm mươi người con lên núi. Chúng ta chia nhau để cai trị, nếu có gặp khó khăn thì báo cho nhau, cùng nhau giúp đỡ". Từ đó, hai người tách nhau ra. Người con trưởng của Lạc Long Quân ở lại đất Phong Châu, được tôn là vua của nước Văn Lang lấy hiệu là Hùng Vương. Ngôi vua gọi chung một danh hiệu là

Hùng Vương.

Lạc Long Quân là người mở mang đất Lĩnh Nam, Vua Hùng là người dựng nước. Vua Hùng truyền nối được mười tám đời. Từ sự tích Lạc Long Quân và Âu cơ, người Việt Nam cho mình là con rồng cháu tiên.

2. Lời của dịch giả

Câu chuyện kể về nguồn gốc của dân tộc Việt Nam và quá trình hình thành nước Việt, do vua Hùng lập ra nước Văn Lang. Từ đó, triều đại Hùng Vương ra đời, bắt đầu quá trình xây dựng và bảo vệ đất nước. Câu chuyện giải thích vì sao người Việt Nam luôn tự hào cho rằng mình là con Rồng cháu Tiên, đồng thời tôn kính các vị vua khai quốc trong lịch sử.

Hằng năm, vào ngày mùng 10 tháng 3 âm lịch, nhân dân Việt Nam tổ chức lễ Giỗ Tổ Hùng Vương để tưởng nhớ và tri ân những đóng góp to lớn của các đời vua Hùng trong việc xây dựng đất nước. Đây là một ngày lễ mang đậm nét văn hóa truyền thống, thể hiện lòng biết ơn đối với tổ tiên và tinh thần uống nước nhớ nguồn, đồng thời phát huy truyền thống yêu nước, đoàn kết và bảo vệ đất nước. Vào ngày 26 tháng 4 năm 2007, Quốc hội Việt Nam chính thức thông qua việc lấy ngày Giỗ Tổ Hùng Vương làm ngày nghỉ lễ quốc gia.

Từ đó, Giỗ Tổ Hùng Vương trở thành truyền thống khắc sâu trong lòng dân tộc, nhắc nhở mọi người không quên cội nguồn và trân trọng những giá trị tốt đẹp của dân tộc. Như câu ca dao truyền tụng từ bao đời nay: "Dù ai đi ngược về xuôi, nhớ ngày giỗ Tổ mùng mười tháng ba."

渚童子

一　原文

　　於雄王第三代，有個女兒美若天仙，名叫仙容。儘管到了適婚年齡，但她卻偏愛遊山玩水，常常出外遨遊，對婚姻大事漠不關心。她深受父王的寵愛，每年春天，仙容都會坐船出海閒遊，有時沉醉於山光水色忘了歸家。

　　當時，在多和村東安縣山南省（今屬快州縣興安省）有一戶姓渚的人家，在河邊釣魚為生，父親名叫渚衢雲，兒子名叫渚童子，父子倆感情深厚。渚家本就貧困，經過一場大火後更是雪上加霜，只剩下一條兜襠褲，外出時父子倆只能輪流穿。直到有一天，父親得了重病，臨終前囑咐兒子：「把兜襠褲留著穿，我就這樣裸葬吧。」不久，父親便離世了。渚童子不忍父親裸葬，便給父親穿上那條唯一的兜襠褲入殮、安葬。此後，他再也沒有任何衣物可以遮身了。渚童子常常到河邊釣魚，赤裸身子的他，白天泡在水裡，靠近船隻賣魚換取糧食。

　　一天，仙容公主坐龍船來到多和村，遠處聽到鼓聲和樂器聲，和整隊護衛排列，場面非常浩大，渚童子以為是大官巡視的船，驚慌之下躲進岸邊的蘆葦叢中，用沙子覆蓋赤裸的身子。

龍船靠岸後，仙容公主下船賞景。她被這裡的美景吸引，便吩咐隨從搭建沐浴棚，正巧就在渚童子藏身的沙灘上。當仙容沖水時，沙子被水沖走，露出了渚童子赤裸的身體。仙容大驚，問他是誰。

渚童子趕緊回答：

> 我叫渚童子，每天藏身在河裡捕魚，因家裡窮得連一條兜襠褲都沒有，看到大船經過只好躲到這裡來了。

聽了渚童子的話，仙容思考了一下說：

> 我本打算不嫁人，現在遇到你，想必是天意。

她令隨從給渚童子送來衣服，然後邀請他上船用餐。兩人聊得很開心，仙容覺得他們很投緣，於是要與他結為夫妻。但渚童子覺得自己家境貧寒，配不上公主金枝玉葉之身，因而不敢接受。

仙容見他為難，急忙道：

> 這是天注定的緣分，你為何要以家境貧寒為由而

拒絕我呢?

於是,在天命運般的相遇後,仙容和渚童子的婚禮就在河邊舉行了。消息傳到京城,雄王十分憤怒,告訴朝臣:

> 小女未經朕同意就嫁給一個窮小子!簡直不把我放在眼裡,那朕也當做沒有這個女兒,從今往後,她愛做什麼就做什麼,絕不允許她再踏入京城。

仙容知道父王生氣了,不敢回去,便和丈夫在河邊開了個市場,漸漸發展成一個大市集,名為河探市場,和外國商販進行交易。

一天,渚童子跟著商船出國進貨,來到了一個名叫瓊仙山的海島。當船停靠取水時,他遇見了一位名叫佛光的年輕道士,兩人談得非常投契。

佛光對渚童子說:

> 從商非長久之計,保持心境清淨更為重要。不如留下來學道,將來以才德幫助更多的人,豈不是更好嗎?

聽了佛光的話,渚童子把金子交給商人去採購,自己留下來跟隨佛光學道。時光荏苒,船隻返航時,渚童子只好告別佛光隨船回家。臨別時,佛光送他一根棍子和一頂帽子,並告知:「這是具有神通的寶物,祝你一路平安。」

回到家後，渚童子再將道傳授給仙容。仙容受到啟發，放棄了事業，與渚童子一起到處去拜師學道。有一天，天色已晚，但仍未找到歇腳之處，他們只能在一棵大樹下休息，突然周圍出現了一座宏偉的宮殿，裡面堆滿了金銀珠寶，應有盡有。儘管擁榮華富貴，但他們夫妻倆毫不在意物質財富，將財富珠寶分給貧困的人。名聲傳揚開來，越來越多人慕名遷移到這個地方生活，宛如一個獨立的國度。

雄王得知消息後，認為仙容「謀反」，便派兵前來攻打。雄王的軍隊逐漸逼近，只相隔一條河的距離，大家都在等著仙容發號施令，仙容卻只是微笑道：

> 我們身為晚輩，怎能對抗父王，凡事都有上天的安排，即便父王憎恨我，要我性命，斷我後路，我也絕無怨言。

雄王的士兵未來得及進攻，但夜幕已降臨，只好在距離敵軍一條河的地方紮營，計劃第二天進攻。半夜，突如其來的暴風雨將渚童子和仙容的宮殿捲上了天空。第二天早上，城內的人民都驚呆了，原有的宮殿一夜之間變成了一個大潭，後來人們稱這潭為「一夜潭」。

為了紀念渚童子和仙容公主的貢獻，人民建造了一座祀堂，祀堂位於興安省快洲縣平明社多和村。渚童子成為越南文化精神的四神之一，象徵孝道、愛情、婚姻和繁榮。

二　譯者的話

渚童子刻劃了「家貧出孝子」這句俗語的價值，與仙容公主儘管受到父王的憎恨，趕盡殺絕，也無半句怨言；體現了為人子女的孝道，也把「百善孝為先」這句古訓刻劃得淋漓盡致。

有子曰：「其為人也孝弟，而好犯上者，鮮矣；不好犯上，而好作亂者，未之有也。君子務本，本立而道生；孝弟也者，其為仁之本與。」渚童子與仙容公主的作為，正是這句《論語》的寫照，值得我們學習的楷模。

此外，渚童子和仙容公主也是開通貿易和商業文化交流的先人，掀開了市集貨物交易的序幕，為人民生活帶來更多便利。

Chử Đồng Tử

1. Nguyên Văn

Vào đời Hùng Vương thứ 3, có một nàng công chúa nhan sắc đẹp tuyệt trần tên là Tiên Dung. Tuy đã tới tuổi lấy chồng nhưng nàng chỉ thích phong cảnh, thường đi du ngoạn khắp cả nước. Nàng rất được vua cha yêu chiều. Cứ đến mùa xuân, Tiên Dung lại ngồi thuyền du ngoạn, có khi ra tận biển khơi, có lúc mê cảnh quên về.

Lúc ấy, ở Đa Hòa huyện Đông An, Sơn Nam (nay thuộc tỉnh huyện Khoái Châu, Hưng Yên) có nhà họ Chử sống bằng nghề câu cá ở ven sông. Người cha tên là Chử Cù Vân, người con tên là Chử Đồng Tử. Hai cha con rất thương mến nhau. Nhà họ Chử vốn đã nghèo, sau một trận cháy thì càng nghèo hơn, trong nhà chỉ còn một chiếc khố. Hai cha con phải thay phiên nhau mặc mỗi khi ra ngoài. Cuộc sống cứ thế trôi đi cho đến một ngày nọ, người cha lâm bệnh nặng. Trước khi mất, người cha đã dặn con rằng: "Cứ giữ lấy chiếc khố mà mặc, còn xác mình cứ chôn trần là được." Không lâu sau, người cha qua đời. Chử Đồng Tử không nỡ để cha chết trần truồng, nên đã dùng chiếc khố duy nhất đó mặc cho cha và đem đi an táng. Từ đó, chàng không có gì để che thân. Chử Đồng Tử thường đến bờ sông câu cá, ban ngày thì trần nửa người dưới nước, đến chỗ thuyền của người dân bán cá để đổi lấy gạo ăn.

Một ngày nọ, thuyền rồng chở công chúa Tiên Dung đến làng Chử Xá. Nghe thấy tiếng chuông trống, đàn sáo, lại thấy cờ quạt, người hầu rầm rộ, Chử Đồng Tử nghĩ có thể là thuyền của vua chúa nên hoảng sợ chui vào bụi lau ở bãi cát gần bờ sông, nằm xuống lấy cát phủ lên che người.

Thuyền rồng ghé vào bờ để công chúa Tiên Dung lên bờ ngắm cảnh. Thấy phong cảnh hữu tình, Tiên Dung đã sai người hầu quây màn ở bụi lau để làm nơi tắm. Trùng hợp ngay chỗ Chử Đồng Tử đang vùi mình dưới cát trắng. Khi Tiên Dung xối nước, cát trôi để lộ thân hình trần truồng của Chử Đồng Tử. Nàng ngạc nhiên hỏi chàng trai trước mặt là ai, chàng vội đáp: "Ta là Chử Đồng Tử, hằng ngày trần nửa người dưới sông bắt cá để bán lại cho người dân. Nhà nghèo quá đến nỗi không có đến một chiếc khố để mặc, thấy thuyền lớn đi qua nên ta mới trốn tạm vào đây."

Sau khi hiểu rõ tình cảnh của Chử Đồng Tử, nàng nghĩ ngợi nói: "Ta đã định không lấy chồng, nay gặp chàng ở đây hẳn là duyên trời định sẵn." Tiên Dung sai người hầu đem quần áo cho chàng mặc vào rồi mời chàng lên thuyền ăn uống. Sau khi lên thuyền trò chuyện, Tiên Dung cảm thấy hai người rất hợp, nghĩ là duyên trời định nên muốn kết thành phu thê. Chử Đồng Tử cảm thấy mình gia cảnh nghèo khó, thân phận hèn mọn, sao xứng với công chúa lá ngọc cành vàng nên không dám nhận.

Tiên Dung thấy Chử Đồng Tử khó xử nên vội nói: "Đây là nhân duyên do trời tác hợp, sao chàng lại lấy gia cảnh ra từ chối ta?"

Thế là sau cuộc gặp gỡ định mệnh đó, hôn lễ của Tiên Dung và Chử Đồng Tử được cử hành ngay trên sông. Tin tức truyền đến kinh thành, Hùng Vương giận dữ nói với triều thần: "Con gái ta tự ý lấy một kẻ nghèo hèn mà không có sự cho phép của ta. Nếu nó đã không ra gì, thì từ nay muốn đi đâu thì đi, nhưng không được phép trở về kinh thành."

Tiên Dung biết vua cha tức giận nên không dám trở về, nàng cùng chồng mở chợ ở Hà Thám, và dần dần trở thành chợ lớn gọi là chợ Hà Thám, giao lưu buôn bán với cả khách buôn nước ngoài.

Một ngày nọ, Chử Đồng Tử theo khách buôn ra nước

- 18 -

ngoài lấy hàng, đến một hòn núi giữa biển gọi là núi Quỳnh Tiên, thuyền liền ghé vào để lấy nước ngọt. Trên núi, Chử Đồng Tử gặp được một đạo sĩ trẻ tên là Phật Quang. Hai người trò chuyện vui vẻ, cảm thấy vô cùng tâm đầu ý hợp.

Phật Quang nói với Chử Đồng Tử: "Buôn bán giao thương khó mà dài lâu, sẽ không giữ được tâm trong sáng, người hãy ở lại đây kiên trì học đạo, sau đó đem tài đức giúp đỡ dân thường, như vậy không phải tốt hơn sao?"

Nghe lời Phật Quang, Chử Đồng Tử giao vàng nhờ khách buôn đi mua hàng, còn mình ở lại theo Phật Quang chuyên tâm học đạo. Thời gian thấm thoát trôi qua đến ngày thuyền quay trở lại, Chử Đồng Tử phải từ biệt Phật Quang theo thuyền hàng trở về đất liền. Khi từ giã, Phật Quang đã tặng Chử Đồng Tử một cây gậy và một chiếc nón, và bảo: "Đây là những vật thần thông, chúc người lên đường bình an."

Khi về đến nhà, Chử Đồng Tử đã truyền đạo lại cho vợ. Tiên Dung đã giác ngộ, bỏ việc buôn bán và cùng Chử Đồng Tử tìm thầy học đạo. Một ngày nọ, trời đã tối mà vẫn không tìm thấy được nhà dân, nên đành nghỉ lại dưới gốc cây lớn. Bỗng nhiên xung quanh Chử Đồng Tử và Tiên Dung ngồi nghỉ xuất hiện tòa thành lớn, cung điện nguy nga tráng lệ, bên trong toàn là ngọc ngà châu báu không thiếu một thứ gì. Có được sự giàu sang phú quý, vợ chồng Chử Đồng Tử và Tiên Dung không màng đến của cải vật chất mà lấy đó chia cho dân nghèo. Tiếng lành ngày càng đồn xa. Từ đó, người dân xin vào thành sinh sống ngày càng đông, không khác gì một đất nước riêng biệt.

Hùng Vương nhận được tin báo, cho rằng Tiên Dung đang mưu đồ làm phản, nên vua Hùng vội cho quân qua đánh. Đoàn quân của vua Hùng gần tới chỉ còn cách một con sông. Tất cả mọi người đang chờ Tiên Dung ra lệnh, nhưng Tiên Dung chỉ cười bảo: "Chúng ta là bậc vãn bối đâu thể chống lại phụ vương, tất cả mọi việc trời đều có sự an bài, dù có bị phụ vương ghét bỏ ta cũng sẽ không có nửa lời oán trách."

Trời đã tối, quân sĩ của Hùng Vương không kịp tấn công, nên đã hạ trại ở bãi Tự Nhiên cách đối phương một con sông, dự định sáng mai sẽ tấn công thành. Đến nửa đêm, trời bỗng nhiên nổi bão, thoáng chốc cung điện và tòa thành của vợ chồng Chử Đồng Tử cùng nhau bay lên trời. Sáng hôm sau, người trong kinh thành đều ngạc nhiên vì cung điện trước kia bỗng biến thành một cái đầm lớn chỉ sau một đêm, bởi vậy sau này người dân gọi nó là đầm Nhất Dạ.

Để tỏ lòng tưởng nhớ đến công lao của Chử Đồng Tử và công chúa Tiên Dung, người dân đã lập đền thờ ở thôn Đa Hòa, xã Bình Minh, huyện Khoái Châu của tỉnh Hưng Yên. Chử Đồng Tử trở thành một trong bốn vị Tứ bất tử của tâm linh văn hóa người Việt Nam. Chử Đồng Tử tượng trưng cho lòng hiếu nghĩa, tình yêu, hôn nhân và sự sung túc, giàu có.

2. Lời của dịch giả

Chử Đồng Tử đã khắc họa giá trị của câu tục ngữ "Nhà nghèo sinh hiếu tử", cùng với công chúa Tiên Dung, dù bị vua cha căm ghét, truy đuổi đến cùng cũng không một lời oán thán. Điều đó thể hiện đạo hiếu của bậc làm con, đồng thời khắc họa sâu sắc lời dạy xưa "Bách thiện hiếu vi tiên" (Trong trăm nết tốt, hiếu thảo đứng đầu).

Hữu Tử từng nói:

"Kì vi nhân giả hiếu đễ, nhi háo phạm thượng giả, tiển hĩ; bất háo phạm thượng, nhi háo tác loạn giả, vị chi hữu dã. Quân tử vụ bổn, bổn lập nhi đạo sanh; hiếu đễ dã giả, kì vi Nhân chi bổn dữ." (Người biết hiếu thảo cha mẹ, cung kính anh chị mà lại hay chống đối bề trên thì hiếm lắm; đã không hay chống đối bề trên, nhưng lại hay làm loạn thì tuyệt đối không hề xảy ra. Người quân tử sẽ chuyên chú vào việc tìm hiểu về đạo lý căn bản, từ căn bản đặt định nền tảng, tất cả đạo lý sẽ được sinh ra từ đấy. Hai việc hiếu thảo cha mẹ và cung kính anh chị, xem ra chính là nền tảng căn bản của nhân đức.)

Việc làm của Chử Đồng Tử và công chúa Tiên Dung chính là tấm gương phản ánh lời dạy trong Luận Ngữ, là gương mẫu xứng đáng cho chúng ta noi theo.

Ngoài ra, Chử Đồng Tử và công chúa Tiên Dung cũng là những người tiên phong mở ra việc buôn bán và giao lưu văn hóa thương mại, mở màn cho hoạt động giao thương hàng hóa tại chợ, mang lại nhiều tiện ích cho đời sống nhân dân.

扶董天王
（揀聖）

一　原文

　　於雄王第六代，有一對以溫柔善良而聞名的老夫婦，他們唯一的遺憾就是沒有孩子。有一天，妻子到田裡工作時，發現地上有一個異常巨大的腳印。出於好奇，她試著把自己的腳踩上去比一比，沒想到不久之後就發現自己懷孕了。過了一段時間，孩子還未出世，她的丈夫就離開人間了。經過十二個月，她誕下了一個英俊的兒子，給他取名為「揀」。但奇怪的是，這小孩已經三歲還不會站、不會坐，也不會說話。

　　此時，殷寇侵略文郎國，手段殘酷，人民生活在水深火熱之中。國王多次派遣將士出征，但都以失敗告終。無奈之下，國王派使者到民間尋找將才。當使者來到揀的村莊時說：

國家危難，國王需要招募將才來抗敵。

聽到這番話，揀突然開口說：

母親，快請使者進來！

母親驚訝得說不出話，因為揀從出生以來從未說過話。儘管心中疑問重重，母親還是跑出去請使者，並敘述了事情的經過。使者起初對她的話持懷疑態度，但考慮到國家正在危急的時候，任何一個機會都不可輕易放過，於是決定一探究竟。見到揀後，使者問：

小子，你叫我來有何事？

揀正經八百地回答：

請您回去告訴國王，為我打造一匹鐵馬、一套鐵甲和一把鐵矛。

使者聽後，立即回京向國王稟報。國王聽後非常高興，立刻命人準備揀所提出的要求。

此時，母親非常擔心，怕揀是在開玩笑，但揀請母親放心，並請母親為自己準備足夠的米飯。母親一鍋接著一鍋煮，揀一鍋接著一鍋吃。米沒了，母親只好向鄰居求助。全村人紛紛捐出米和蕃薯糧食，幫助揀增加體力。不久，揀用完的碗碟堆積如山，剎那間，揀站了起來，伸展身軀，變成了一個巨大的戰士。

到了與使者約定的期限，國王已經完成了揀所提出的要求。揀穿上鐵甲，騎上鐵馬，手持鐵矛，飛奔到朔山山腳下，眼看數萬敵軍正攻進國境內。揀大聲喊：

大膽，我是天國的將士，今天就讓你們見識文郎國的強大吧！

揀所攻打之處，鐵馬便噴出火焰，戰鬥非常激烈。突然，揀的長矛被折斷了，他環顧四周，看到附近有一片竹林，便拔起幾根竹子繼續作戰，竹子打到哪裡，敵人立刻倒下。敵軍無法與揀抗衡，不久就丟下武器四散逃竄。

戰役勝利後，揀立刻返回村裡報喜，並與村民們告別，而後騎馬前往朔山。就在那裡，揀脫下鐵甲，騎著鐵馬飛向天際。

為了紀念這位英雄，國王在村裡建了一座廟來供奉揀聖，並封他為扶董天王。如今，我們仍能看到連接金英、多福和朔山三地的排列圓形池塘的痕跡，傳說那是揀聖的鐵馬腳印。被鐵馬噴火燒毀的森林如今被稱為焦村。揀為擊敗敵人而拔起的青竹，因被火燒變成土黃色，竹身上還留有斑點的燒痕，如今這品種的竹子被大家稱為牙竹。

扶董天王，又稱揀聖，成為越南文化精神中的「四不死」之一，象徵抵抗外敵的精神和青年強大的力量。

二　譯者的話

故事喻意越南人民團結一致抵抗外來勢力的侵略，那種面對敵人時毫無懼色的勇氣和決心，一心只為保家衛國，將身家性命拋諸腦後。所謂「國家興亡，匹夫有責」這種身先士卒的精神，對越南民族影響深遠，直到後來的全民戰爭，統一南北。

此外，這個故事也詮釋了牙竹、排列圓形池塘的由來，這些池塘成為了越南著名地標之一。

Phù Đổng Thiên Vương

(Thánh Gióng)

1. Nguyên Văn

Vào đời vua Hùng thứ 6, ở một làng nọ có một cặp vợ chồng già nổi tiếng hiền lành và phúc hậu. Nhưng điều đáng tiếc là hai vợ chồng không có một người con. Một hôm người vợ đi ra đồng làm ruộng thì bất chợt phát hiện một dấu chân to ở trên mặt đất. Tò mò bà đưa chân mình vào thử xem thua kém bao nhiêu. Sau khi về nhà bà phát hiện mình mang thai. Người con chưa kịp chào đời thì người chồng của bà đã qua đời. Mười hai tháng sau bà hạ sinh một cậu con trai mặt mũi khôi ngô tuấn tú và đặt tên là Gióng. Nhưng điều kì lạ là đứa trẻ đã ba tuổi vẫn chưa biết đứng biết ngồi đặt đâu nằm đó.

Lúc này giặc Ân tràn vào nước ta âm mưu xâm chiếm Văn Lang. Chúng ra tay tàn ác, nhân dân đau khổ lầm than. Nhà vua nhiều lần phái tướng sĩ ra trận nhưng đều thất bại. Hết cách Vua phải nhờ sứ giả đi khắp nhân gian tìm kiếm người tài. Khi sứ giả đến làng của Gióng thông báo : " Đất nước đang lâm nguy nhà vua cần chiêu mộ người tài, chống quân xâm lược." Nghe vậy bỗng Gióng cất tiếng nói: " Mẹ ơi mau mời sứ giả vào đây cho con!". Người mẹ rất bất ngờ vì Gióng từ lúc chào đời đến nay chưa bao giờ nói chuyện. Dù nghi ngờ nhưng người mẹ vẫn chạy ra mời sứ giả, và tường thuật lại câu chuyện. Sứ giả ban đầu hoài nghi lời kể của bà lão nhưng đất nước đang rất lâm nguy nên đánh liều tin thử một lần. Sau khi sứ giả gặp Gióng liền hỏi: " Cậu bé mời ta vào đây để làm gì?"

Gióng đầy chững chạc trả lời: " Xin ngài về bảo với nhà vua rèn cho ta một con ngựa sắt, một bộ giáp sắt và một cây giáo sắt". Sứ giả sau nghe xong lập tức chạy về kinh thành tâu với nhà vua. Vua nghe xong mừng rỡ lập tức cho người chuẩn mọi thứ bị theo yêu cầu của Gióng.

Lúc này ở làng người mẹ rất lo lắng sợ Gióng nói đùa, nhưng Gióng bảo mẹ cứ yên tâm và chuẩn bị thật nhiều cơm cho mình. Người mẹ nấu hết nồi cơm nào thì Gióng ăn hết nồi cơm đó, hết gạo nên mẹ đành nhờ gọi bà con xóm làng giúp đỡ. Người dân khắp làng đều góp gạo, khoai cho cậu ăn để có sức đánh giặc. Chén đĩa không lâu sau chất cao như núi. Gióng bỗng chốc đứng dậy vươn vai thành một tráng sĩ khổng lồ. Đến ngày hẹn, nhà vua đã hoàn thành, mọi thứ như yêu cầu của Gióng. Gióng lập tức mặc bộ giáp sắt leo lên ngựa sắt tay cầm giáo sắt phi tới chân núi Sóc Sơn nhìn hàng vạn quân địch đang tiến vào nước ta.

"Thật to gan! Ta là tướng sĩ nhà trời hôm nay sẽ cho các ngươi thấy sức mạnh của nước Văn Lang". Gióng đánh đến đâu ngựa phun lửa đến nấy. Trận chiến đang diễn ra rất ác liệt, đột nhiên cây giáo của Gióng bị gãy làm đôi, Gióng nhìn xung quanh thấy bụi tre gần đó nên đã nhổ vài cây tre tiếp tục đánh. Tre đánh đến đâu quân địch ngã ngay đến đó. Giặc Ân không thể địch nổi sức mạnh của Gióng nên chẳng bao lâu bỏ vũ khí tháo chạy khắp nơi. Thắng trận Gióng lập tức chạy về làng báo tin vui và nói lời từ biệt với mẹ và dân làng. Sau đó Gióng phi ngựa đến núi Sóc Sơn, đến đây Gióng cởi bỏ áo giáp sắt và cưỡi ngựa sắt bay về trời.

Sau khi thắng trận để tưởng nhớ đến người anh hùng Gióng nhà vua đã cho người lập đền thờ Thánh Gióng ở làng quê, phong hiệu là Phù Đổng Thiên Vương. Ngày nay chúng ta còn thấy những dấu vết dãy ao tròn nối nhau từ Kim Anh, Đa Phúc cho đến Sóc Sơn, người ta bảo đó là dấu chân ngựa của Thánh Gióng. Khu rừng bị ngựa sắt phun lửa thiêu cháy ngày nay gọi là Làng Cháy. Những cây tre mà Gióng đã nhổ đánh vào giặc bị lửa đốt cháy màu xanh ngả thành màu vàng trên thân có những vết cháy lốm đốm. Ngày nay giống tre đấy vẫn còn người ta gọi là tre ngà.

Phù Đổng Thiên Vương hay còn gọi là Thánh Gióng trở thành một trong bốn vị Tứ bất tử của tâm linh văn hóa người Việt Nam. Thánh Gióng tượng trưng cho tinh thần kiên cường chống giặc ngoại xâm và sức mạnh của tuổi trẻ

2. Lời của dịch giả

Câu chuyện ẩn chứa ý nghĩa về tinh thần đoàn kết của nhân dân Việt Nam trong việc chống lại sự xâm lược của các thế lực ngoại bang. Đó là lòng dũng cảm và quyết tâm không hề nao núng trước kẻ thù, sẵn sàng hy sinh thân mình để bảo vệ quê hương đất nước. Tinh thần "Nước mất nhà tan, mỗi người dân đều có trách nhiệm" đã ảnh hưởng sâu sắc đến dân tộc Việt Nam, trở thành nguồn cảm hứng trong các cuộc kháng chiến toàn dân, dẫn đến sự thống nhất đất nước từ Bắc chí Nam.

Ngoài ra, câu chuyện cũng lý giải về sự tích tre đằng ngà và các hồ tròn xếp liền nhau-những ao hồ này đã trở thành một trong những địa danh nổi tiếng của Việt Nam.

蒸餅，糍粑

一 原文

　　於雄王第六代，成功驅逐殷寇，治理國家多年之後，雄王自覺年事已高，身體也不如前。有意把王位傳給其中一位王子，左右為難的是他擁有二十位王子，每位都是聰明才智，不知道傳位給誰好。

　　經過多番思量，眼看春節將近，雄王召見王子們說：

> 父王年紀大了，再活不了多久。想將治理國家大事，傳給你們其中一位。王位繼承人不僅要有才能、聰明、還要寬宏大量、抱有仁慈、愛民如子的心。快過年了，誰能為我找到最美味且最具意義的菜餚來祭拜祖先，我就把王位傳給他。

聽完雄王這番話後，王子們開始互相商討，如何找出能讓雄王滿意的菜餚。大王子說：

> 我一定會找到最好的山珍海味，獻給父王。

二王子則想：

> 不管要上山還是下海，我不惜一切代價，都要找出比其他兄弟更好的菜餚。

三王子對美食很有研究，便自信地說：

> 世上沒有我沒嚐過的美食，王位一定是我的。

當王子們興奮地討論時，郎僚——十八王子，卻不知該獻什麼美食，他和妻子先回家，再慢慢思考。郎僚從小失去了母親，性格謙虛溫和，極少依賴王室的俸祿資源，過著勤勞耕作的生活，他和普通人民一樣，種植農作物作為生計。當其他兄弟忙著四處奔波，尋找名貴的菜餚時，郎僚卻毫無頭緒，還不知道該獻什麼給父王。

距離競選王位之日僅剩三天，郎僚焦急萬分，因為最美味的菜餚已經被其他兄弟找到了。那天晚上，他和妻子一起思考並回憶起他們所參加過的宴會上所有美味佳餚，想了又想，不知不覺就睡著了。

在夢中，郎僚看到自己還在思考如何是好，這時突然出現一位神仙告訴他：

> 郎僚，我知道你在擔心要獻什麼給父王，在宇宙中，沒有什麼比稻米更珍貴的了。山珍海味，都無法與農夫所種植的米粒相比，米是人類賴以生存

蒸餅，糍粑
Bánh Chưng Bánh Dày

的糧食。你用糯米做一個象徵天的圓餅和一個象徵地的方餅，用葉子包起來，裡面放些餡料，象徵著父母的生育之恩。當作禮物送給你的祖先和父王，以表你的孝心。

醒來後，他想想，覺得很有道理，於是第二天讓妻子準備好糯米、豬肉、綠豆和柊葉。妻子聽後感到疑惑，因為這些食材只是普通老百姓的菜餚，怎能獻給父王呢？儘管不理解，她還是相信丈夫，盡心盡力幫他準備材料。郎僚選了最好的糯米，用新鮮的柊葉包起來，裡面放上豬肉和綠豆餡，包成綠色正方形，象徵著地，然後把它放進鍋裡，蒸煮一夜。另外，郎僚把香糯米蒸軟，然後搗成白色圓形的糯米糰子，象徵著天。

競選的日子終於來了，全國各地的人民紛紛湧入京都，參與這場難得一見的春節。皇宮裡，其他王子紛紛獻上稀有的美食。大王子送上千年人參燉血燕窩羹；二王子帶來深海裡捕撈的帝王蟹，這是他和隨從遠赴大海捕撈的；三王子則獻上北方昂貴的美酒。雖然大家都帶來了珍貴的食物，但雄王仍感覺少了些什麼，此時雄王才發現十八王子——郎僚遲遲未見蹤影。

眾人懷疑郎僚找不到好東西，可能已經棄權了，在眾口悠悠之下，郎僚終於出現了，帶來了兩種用糯米製作而成的普通食物。大家不禁哄然恥笑，但郎僚毫不在意他人的嘲諷，並闡明道：

> 雖然糯米不是名貴的食材，但對人們的生活來說，卻是至關重要又實在的，所以我選擇它來製作出這種食物。方形象徵大地，綠色代表山川田野，餡料中的肉和綠豆寓意著大地上的植物和動物，都是大自然的精華組合，所以我把它叫做「蒸餅」（Bánh Chưng），圓餅象徵著天，所以把它叫做「糍粑」（Bánh Dày）。

聽完郎僚的分析，雄王非常滿意，認為這道簡單卻富含意義的食物，非常珍貴神聖。於是，雄王讓大家品嚐，所有人都對蒸餅和糍粑的美味讚不絕口。最後，雄王宣佈郎僚繼承王位。雄王舉起這兩道菜，說道：

> 這兩道菜勝之無愧！體現了為人的孝道，尊父母如天地。況且，這兩種食物做法非常簡單，材料就是稻米。米是普通人家的民生糧食，是民生根本。

從此，每年春節，人們都會包蒸餅和糍粑來祭祀祖先，這一傳統習俗一直延續至今。郎僚即位，稱為薛僚王，成為第七代雄王，他是一位善良又深受人民愛戴的國王。

二 譯者的話

　　這篇故事的意義在歌頌越南的美好傳統，並詮釋了蒸餅和糍粑的來源。在越南許多地方，即使平常大家為了生活各奔東西，但到了過年，大家都會趕回家鄉團圓。全家人一起準備蒸餅，共同看火蒸煮。在這等待蒸煮的漫長時間當中，互相分享一年來生活的點滴和經歷的故事。無論酸甜苦辣，都互相安慰，同喜，互祝來年更上一層樓。此時是讓家人更加緊密相連的時刻，增進家人之間的親情，倍感溫馨。

　　過年包蒸餅和糍粑已成為越南人的民族習俗，隨著社會的發展，城市生活講求便利，加上工作忙碌，城市房子又小，諸多不便，故甚少有人再聚在一起包蒸餅，很多商家就抓住這一點，紛紛推出各式各樣的蒸餅，美觀又價廉物美。因此，都市人為求便利幾乎都買現成的，目前只有鄉下還保持著這種習俗。

穿越時空越南神話故事
Xuyên không vào truyện cổ tích Việt Nam

Bánh Chưng Bánh Dày

1. Nguyên Văn

Vào đời vua Hùng thứ 6, sau khi đánh đuổi giặc Ân và trị vì đất nước nhiều năm, vua Hùng thấy mình tuổi cao sức yếu nên đã có ý định truyền ngôi cho các con trai. Nhưng khổ nỗi vua có đến 20 người con trai, người nào cũng thông minh tài giỏi, Vua phân vân không biết chọn ai lên làm vua. Sau nhiều đêm suy nghĩ, thấy cũng sắp đến tết nên vua đã gọi các con đến và nói:

"Ta tuổi già sức yếu không còn sống được bao lâu, việc nước lại lớn lao, ta muốn truyền ngôi vua lại cho một người trong số các con. Người thừa kế ngôi vị không chỉ phải tài giỏi thông minh mà còn phải có tấm lòng bao dung, nhân hậu. Sắp đến tết, ai có thể tìm cho ta một món ăn ngon nhất, có ý nghĩa nhất để dâng lên cúng tổ tiên thì ta sẽ truyền ngôi lại cho người đó."

Sau khi nghe Vua Hùng nói, các người con bàn tán và suy nghĩ xem tìm món gì để vừa ý vua cha.

Người con thứ nhất nói: " Ta sẽ tìm cho bằng được

những sơn hào hải vị để dâng lên cho vua cha".

Người con thứ hai lại nghĩ: "Dù có phải lên rừng xuống biển, dù có phải mất bao nhiêu tiền của cũng phải tìm ra được món ăn đặc sắc hơn hẳn các anh em".

Người con thứ ba là một người rất giỏi ăn uống nên rất tự tin nói: " Trên đời có của ngon vật lạ nào mà ta chưa thử qua nên chắc chắn ngai vàng sẽ thuộc về ta"

Trong khi các người con đang bàn tán sôi nổi thì Lang Liêu lại không nghĩ ra món gì để dâng cho vua cha, nên đã cùng vợ trở về nhà từ từ suy nghĩ tiếp.

Lang Liêu là người con thứ 18 của vua Hùng, từ nhỏ đã mất mẹ. Chàng là người rất khiêm nhường, ít dựa dẫm vào bổng lộc của nhà vua. Chàng rất chăm chỉ, hiền lành và rất thích trồng trọt nên cùng bà con nông dân trồng trọt làm ăn sinh sống.

Trong khi các người con khác của nhà vua đi khắp nơi, tốn rất nhiều tiền của để tìm cho ra món ngon vật lạ dâng cho vua thì Lang Liêu vẫn chưa nghĩ ra được món gì. Chàng cảm thấy những món ngon nhất quý nhất đã được các huynh đệ tìm thấy rồi. Chỉ còn 3 ngày nữa là tới ngày so tài. Đêm đó chàng cùng vợ suy nghĩ, nhớ lại tất cả những món ngon mà họ đã từng tham dự ở các yến tiệc, chàng nghĩ mãi nghĩ mãi rồi thiếp đi lúc nào không hay.

Trong mơ Lang Liêu chợt thấy một vị thần tiên xuất hiện và nói: "Lang Liêu! Ta biết rằng con đang rất lo lắng vì chưa biết dâng gì cho vua cha trong đợt tuyển chọn sắp tới. Trong trời đất không gì quý bằng hạt gạo, sơn hào hải vị cũng không thể so sánh với hạt gạo làm bằng sức lao động của con người. Gạo là thức ăn nuôi sống con người. Con hãy lấy gạo nếp ra làm bánh hình tròn tượng trưng cho trời, làm bánh hình vuông tượng trưng cho đất, lấy lá bọc bên ngoài, đặt nhân bên trong tượng trưng cho cha mẹ sinh thành. Lấy đó làm quà dâng lên cho tổ tiên, vua cha để bày tỏ lòng hiếu thảo".

Sau khi tỉnh giấc, chàng ngồi ngẫm lại thấy vị thần tiên nói có lý nên đã bảo vợ chuẩn bị những thứ mà vị thần đã chỉ. Chàng bảo vợ chuẩn bị gạo nếp, thịt heo, đậu xanh và lá dong. Người vợ nghe xong rất bất ngờ vì đây chỉ là những món bình thường dân dã. Dù vậy nhưng nàng vẫn tin tưởng Lang Liêu và đã giúp chồng chuẩn bị nguyên liệu để làm bánh. Lang Liêu chọn những bát gạo nếp ngon nhất, lấy lá dong tươi gói gạo nếp, đậu xanh và thịt heo làm nhân ở giữa, làm bánh thành hình vuông có màu xanh giống như mặt đất. Sau đó chàng để bánh vào cái nồi lớn và thức cả đêm để canh lửa nấu bánh. Thêm nữa, Lang Liêu lấy nếp thơm hấp lên cho dẻo rồi giã nhuyễn làm thành một thứ bánh màu trắng, hình tròn tượng trưng cho Trời.

Ngày so tài cuối cùng cũng đến, dân chúng ở khắp mọi miền đất nước đều đổ về kinh đô để xem và tham gia cái tết hiếm có này. Ở trong cung các người con của vua Hùng đang dâng những món quý hiếm đến cho vua cha của mình. Người con thứ nhất đã dâng lên món canh yến huyết hầm nhân sâm ngàn năm. Người con thứ hai dâng lên món cua hoàng đế mà chàng đã cùng gia nhân ra tận biển xa mới có thể bắt được. Người con thứ ba đã dâng lên món mỹ tửu giá ngàn vàng mua được từ phương Bắc xa xôi. Ai nấy đều dâng những món đắt tiền quý hiếm nhưng vua Hùng vẫn cảm thấy thiếu một thứ gì đó. Và rồi ông nhận ra người con thứ mười tám của mình là Lang Liêu vẫn chưa xuất hiện. Mọi người đều tưởng Lang Liêu chắc không tìm được món nào ngon nên đã bỏ cuộc không đến. Giữa những bàn tán xôn xao thì cuối cùng Lang Liêu cũng xuất hiện. Chàng mang đến hai món bánh làm từ gạo nếp. Mọi người đều rất bất ngờ khi Lang Liêu chỉ mang đến món ăn tầm thường dâng lên cho vua. Chàng không quan tâm đến sự chê cười của mọi người mà tiếp tục giải thích: "Gạo nếp mặc dù không phải là sơn hào hải vị quý hiếm nhưng nó lại là thứ quan trọng và thiết thực đối với con người. Vì vậy con chọn gạo nếp làm nên những chiếc bánh này. Hình vuông là tượng trưng cho mặt đất, màu xanh là tượng trưng cho núi rừng, đồng ruộng. Nhân bánh có thịt có đậu xanh mang ý nghĩa cỏ cây, muông thú trên mặt đất. Tất cả là sự kết hợp tinh hoa của đất, con đặt tên là bánh Chưng. Còn bánh hình tròn tượng trưng cho Trời, con đặt tên nó là bánh Dày".

Sau khi nghe Lang Liêu giải thích, Vua Hùng rất hài lòng về món ăn dân dã nhưng đầy ý nghĩa và thiêng liêng. Sau đó Vua Hùng đã cho tất cả mọi người cùng nếm thử vị bánh, ai ai cũng khen món bánh Chưng và bánh Dày của Lang Liêu rất ngon. Cuối cùng vua Hùng tuyên bố Lang Liêu người còn thứ 18 của vua Hùng sẽ được truyền lại ngôi vua. Vua Hùng cầm hai món bánh lên và nói: "Hai món này xứng đáng đứng đầu cuộc thi! Nó bày tỏ tấm lòng hiếu thảo của con cái tôn kính cha mẹ như trời đất. Hơn nữa bánh này còn rất dễ làm, nguyên liệu chính là hạt gạo. Hạt gạo là thứ dân dã ngay cả dân chúng cũng có thể tìm thấy được".

Từ đó trở đi, hàng năm cứ đến Tết người ta lại làm hai bánh này để thờ cúng tổ tiên, đó chính là bánh Chưng và bánh Dày. Truyền thống đó vẫn còn được lưu giữ cho đến ngày nay. Lang Liêu sau đó lên ngôi lấy hiệu là Tiết Hiệu Vương, là đời vua Hùng thứ 7. Chàng là một vị vua hiền và rất được người dân yêu quý.

2. Lời của dịch giả

Câu chuyện này ca ngợi truyền thống tốt đẹp của Việt Nam và giải thích nguồn gốc của bánh Chưng, bánh Dày. Ở nhiều vùng miền tại Việt Nam, dù ngày thường mỗi người đều bận rộn mưu sinh, đi làm ăn xa, nhưng đến Tết, ai nấy đều cố gắng trở về quê hương để sum họp. Cả gia đình cùng nhau chuẩn bị gói bánh chưng, quây quần bên bếp lửa canh nồi bánh. Trong khoảng thời gian dài chờ bánh chín, mọi người chia sẻ những câu chuyện, kỷ niệm trong suốt một năm qua. Dù vui buồn, đắng cay hay ngọt bùi, cả nhà đều an ủi, chúc nhau năm mới thuận lợi, phát đạt. Đây là thời điểm gắn kết tình cảm gia đình, tạo nên không khí ấm áp, đong đầy yêu thương.

Tục gói bánh chưng, bánh giầy ngày Tết đã trở thành nét văn hóa đặc trưng của người Việt. Tuy nhiên, cùng với sự phát triển của xã hội, cuộc sống thành thị đề cao sự tiện lợi, hơn nữa công việc bận rộn và không gian nhà cửa chật hẹp, ít người còn quây quần tự tay gói bánh. Nhiều cơ sở kinh doanh đã nắm bắt nhu cầu này, sản xuất đa dạng các loại bánh chưng đẹp mắt, giá cả hợp lí. Vì vậy, người dân thành thị hầu như mua bánh làm sẵn, chỉ còn vùng quê mới duy trì tập tục gói bánh chưng truyền thống.

梅安纖

（西瓜事跡）

一　原文

　　從前，在雄王第十八代，有一個人叫梅安纖。他聰明、敏捷、勤奮，深受國王的喜愛。不僅如此，因此，也得到國王很多金銀珠寶的賞賜，讓所有人都羨慕他，但也因此引來一些嫉妒。

　　有一天，嫉妒梅安纖的人為他舉辦一場宴會。在他喝醉的時候，大家都稱讚他受到國王寵愛，但他卻說：

　　　自己努力得來的才是真正的珍貴，別人的恩惠只是債務。

那些嫉妒的人把這句話傳到了國王耳中，國王聽後震怒，認為梅安纖很傲慢，看不起他，於是派兵把梅安纖一家送到荒島上，因為他認為梅安纖如果沒有國王的支持和賞賜就無法生存。因此梅安纖一家被帶到峨山（現位於北越清化省）海岸附近的一個荒島上。

妻子到達荒島後非常生氣，但梅安纖卻安慰她：

> 天生天養，生死全靠天公和自己，只要我還有這雙手，就不用擔心。

他們在島上的生活非常艱難，必須與自然抗爭，他們選擇了一個洞穴作為家。梅安纖每天出海捕魚，妻子則在森林裡尋找野菜，生活十分艱苦。

有一天，突然有一群奇怪的鳥從西方飛來，嘴裡叼著黑色的種子。梅安纖撿起這些種子，想著如果鳥可以吃，人類也可能可以，於是把種子帶回家試著種植。他每天勤勞地照顧這片土地，不久後，植物開始茁壯成長，結出果實。當收穫季節到來時，梅安纖帶著成熟的果實回家，每個果實又大又圓，呈綠色，切開後裡面是飽滿水分的紅色果肉。全家嘗過後發現這種水果既美味又香甜。因為種子是從西方的鳥類帶來的，因此梅安纖將這種水果命名為西瓜。看到這種水果如此珍貴，他在島上到處種植。

有一天，一場大雨過後，一艘商船來到這個荒島短暫停靠。梅安纖看到有人來，就用自己種的西瓜招待他們。商人們吃了覺得好吃又新奇，於是要求換一些帶回去試賣。商人們用生活用品來交換西瓜。不久後，西瓜變

梅安纖（西瓜事跡）
Mai An Tiêm（Sự tích quả dưa hấu）

得非常受歡迎，越來越多的商船來換取西瓜。隨著交易的增加，梅安纖一家變得富裕起來，他們的名聲也越傳越遠。最終，這些消息傳到了雄王的耳中。國王對梅安纖一家仍然健在並且變得富裕感到驚訝，看到梅安纖的奮鬥精神，國王派人前往荒島，將他們接回皇宮，恢復他們昔日的地位。從那時起，梅安纖把自己的種子分發給大家，教導人們如何種植，此後國家有了另一種著名的水果。人們因此封梅安纖為西瓜種植的祖師爺。

二　譯者的話

　　這個故事告訴我們，無功不受祿的道理，不是自己努力得來的，終有一天會失去。「一分耕耘，一分收穫」，確實不虛，只有透過自己的努力創造出來的，才是最珍貴、最有價值的。世上無難事，只怕有心人，只要敢於思考、敢於行動，迎難而上，勤奮努力，就會獲得成功。

Mai An Tiêm
(Sự tích quả dưa hấu)

1. Nguyên Văn

    Ngày xưa, vào đời vua Hùng thứ 18, có một chàng trai tên là Mai An Tiêm. Thông minh, nhanh nhẹn, siêng năng, chăm chỉ, chàng rất được nhà vua yêu mến. Không những thế, Mai An Tiêm còn được vua Hùng ban thưởng rất nhiều của ngon vật lạ, vàng bạc châu báu. Điều này làm cho mọi người ai cũng rất ngưỡng mộ, nhưng cũng có người sinh lòng ghen tị với chàng.

    Một hôm, những kẻ ghen tị với Mai An Tiêm đã mở một buổi tiệc chiêu đãi chàng. Nhân lúc chàng đang say, mọi người đều khen chàng rất được nhà vua yêu quý, được nhà vua ban thưởng nhiều bổng lộc.

    Nhưng chàng đáp lại rằng: "Tự mình làm ra mới là của quý, của biếu là lo, của cho là nợ." Sau khi Mai An Tiêm nói câu này, những người ghen tị với chàng đã đem tâu lại cho nhà vua. Vua nghe xong liền tức giận đùng đùng, nghĩ rằng con trai quá kiêu ngạo và không xem vua cha ra gì. Ông

梅安纖（西瓜事跡）
Mai An Tiêm (Sự tích quả dưa hấu)

bèn sai quân lính đày gia đình Mai An Tiêm ra ngoài đảo hoang ở vùng biển Nga Sơn (nay thuộc tỉnh Thanh Hóa, Bắc Việt).

Người vợ sau khi cùng chồng ra ngoài đảo hoang rất tức giận, nhưng Mai An Tiêm đã an ủi nàng: "Trời đã sinh ra ta, sống chết là ở trời và ở ta, chỉ cần có đôi bàn tay này thì việc gì phải lo." Cuộc sống của Mai An Tiêm và vợ ở hòn đảo rất khó khăn, họ phải vật lộn với thiên nhiên, họ chọn hang đá làm nhà. Hằng ngày, Mai An Tiêm phải ra biển đánh bắt tôm cá, còn vợ chàng phải lên rừng tìm kiếm rau dại, cả gia đình trải qua cuộc sống rất cực khổ.

Một ngày kia, đột nhiên có một đàn chim lạ bay từ phương Tây đến, trên miệng ngậm những hạt màu đen kỳ lạ. Mai An Tiêm đã nhặt những hạt đó và nghĩ rằng loài chim ăn được thì chắc con người cũng ăn được, nên chàng đã đem về nhà trồng thử. Ngày ngày chàng chăm sóc ruộng vườn chăm chỉ, không bao lâu sau mảnh đất trở nên xanh tốt, cây nở hoa đơm trái. Đến mùa thu hoạch, Mai An Tiêm đã đem những quả chín về nhà. Quả nào cũng to tròn và xanh mướt, khi bổ ra bên trong là ruột đỏ mọng nước. Khi cả nhà Mai An Tiêm ăn thử thì thấy quả có vị vừa ngon vừa ngọt, lại vừa thơm mát. Mai An Tiêm đặt tên quả này là dưa Tây, bởi hạt giống được đàn chim đem từ hướng Tây tới. Thấy quả có giá trị như vậy, Mai An Tiêm đã đem hạt trồng ở khắp đảo.

Một hôm, bỗng trời mưa rất to, có một thuyền buôn đã đến đảo Nga Sơn tạm trú. Mai An Tiêm thấy có người đến, nên đã chiêu đãi họ bằng những quả dưa Tây mà mình trồng được. Sau khi ăn xong, những thương nhân thấy ngon và lạ nên xin đổi lấy một ít để đem đi bán thử. Những thương nhân lấy những vật dụng sinh hoạt cần thiết để đổi lấy dưa đi bán. Không bao lâu sau, quả dưa rất được nhiều người ưa thích, nên càng có nhiều thuyền buôn đã đến dùng vật dụng cần thiết đổi lấy dưa đem bán. Không lâu sau, cuộc sống của gia đình Mai An Tiêm càng trở nên giàu có sung túc, tên tuổi của họ được truyền đi rất xa. Cuối cùng đã truyền đến tai vua Hùng. Nhà vua rất bất ngờ khi cả gia đình Mai An Tiêm còn sống và ngày càng trở nên giàu có. Thấy được tinh thần lao động không ngại gian khổ của Mai An Tiêm, vua Hùng đã cho người đến đảo hoang rước gia đình Mai An Tiêm về cung, khôi phục chức vị như cũ và yêu quý như xưa. Từ đó, Mai An Tiêm đã đem những hạt giống mình có được phân phát cho dân chúng, dạy mọi người cách trồng. Nước Văn Lang có thêm một loại trái cây danh tiếng. Người dân đã tôn Mai An Tiêm là ông tổ của nghề trồng dưa hấu.

2. Lời của dịch giả

Câu chuyện này dạy cho chúng ta bài học "Vô công bất thụ lộc" (Không có công lao thì không nên nhận thưởng), những gì không do chính mình nỗ lực đạt được thì cuối cùng cũng sẽ mất đi. "Một phần canh tác, một phần thu hoạch" (Có làm thì mới có ăn) quả thật không sai, chỉ có những gì tạo ra từ chính sức lao động của mình mới là quý giá và đáng trân trọng nhất.

Trên đời không có việc gì khó, chỉ sợ lòng không bền. Chỉ cần dám nghĩ, dám làm, không ngại khó khăn, chăm chỉ và kiên trì, thì nhất định sẽ gặt hái thành công.

山精水精

一　原文

　　雄王第十八代,有個女兒,美若天仙,皮膚白皙,身材高挑,叫做媚娘。到了適婚年齡,國王想把她嫁給一個才華洋溢、溫和善良的男子,於是立刻在全國各地公告招親大會。各地英雄才子紛紛來到京城,參加比武招親。

　　雖然有很多優秀的男子前來參加,但國王還是沒有找到滿意的人。過了一段時間,突然出現了兩個相貌英俊的男子,第一位名叫山精,來自巴為山,有變山化地的本領,他手指向東方,東方立刻出現綠色的草原;他手指向西方,西方立刻形成一座高山。第二位是水精,來自東海,有呼風喚雨的能力。他們倆都是才華卓越的人才,一位是高山之神,一位是深海之王,所以兩人和公主都很匹配,是國王心中的駙馬人選。

　　雄王決定讓兩人比試,山精爭先應試,他手指指向之處,群山巍峨,野禽走獸雲集。水精也毫不遜色,他一揮手，水就上漲，魚蝦浮上水面。兩人勢均力敵，國王不知道該選誰，便與朝臣商議。最後，國王提出了一個新的考題，誰先帶聘禮來，就把女兒嫁給誰。聘禮包括一百盤糯米，二百個蒸餅、九牙象、九距雞、九冠紅馬。

　　第二天一早，山精照雄王要求，將聘禮帶到文郎城門口。雄王對山精的表現非常滿意，同意將媚娘嫁給他。

　　與此同時，水精稍晚抵達。當他到達時，得知雄王已將女兒嫁給了山精，他非常生氣，決定率領蝦兵蟹將攻打山精，誓要奪回媚娘。水精不斷呼風喚雨，水位不斷上升，洶湧澎湃，導致水稻被淹沒，田地泡在水裡，連高大的房子也無所幸免，眼前一片汪洋。風暴越來越猛烈，水位越高，水精的海怪就越多，全聽從他的命令，而此刻全體文郎國人民攜手幫助山精一起抗洪。身體強壯的就出力建築河堤，而這些河堤至今仍能作為防洪主力。

　　面對眼前局勢，山精毫無畏懼，他用法力將山丘堆起，堅固如盾牌，防止洪水來襲。水精把水抬得多高，山精就把山堆多高。山精的軍隊向海中投下大大小小的石頭，導致水精的軍隊死亡無數。海怪和魚蝦的屍體都漂浮在水面上。兩人激戰數月，最後水精筋疲力竭，撤軍回宮。從此，山精和媚娘過著幸福的生活。

　　然而，水精仍不忘舊仇，每年農曆七月，水精都會想起這段世仇，引水到紅河三角洲與山精作戰。人民繼續建造更高的河堤來防禦洪水。

為了紀念山精的恩情，人們封山精為傘圓山聖，成為越南「四不死」神之一。傘圓象徵著征服大自然、戰勝天災的願望。

二 譯者的話

《山精水精》是越南人民虛構的故事，寓意紅河三角洲的洪水現象以及越南人民如何預防自然災害，讚揚越南人民應對災害的智慧。在山精擊敗水精的情節中，展現了人類戰勝洪水的能力。

雖然說天命難違，天定勝人，但也說幸運永遠留給有準備的人。很多時候是人為的疏忽，並非天故意為之，只要盡人事，再來聽天命吧！

越南北部紅河地區每年都遭受洪水肆虐，田地、農作物和性命財產受到很大威脅。每當洪水季節，只能眼睜睜看著一年辛勤耕耘的成果被洪水糟蹋，家中置辦的家俱等日常用品也被洪水沖走，甚至每年都有不少人在洪水中喪命。為了將傷害減到最低，全國許多熱心公益人士，佈施金錢土地建設社會公屋，疏散人們到公屋避難。有些人民在自家處建造浮屋，保障性命安全為首要。

穿越時空越南神話故事
Xuyên không vào truyện cổ tích Việt Nam

Sơn Tinh Thủy Tinh

1. Nguyên Văn

Vào thời vua Hùng thứ mười tám, ông có một cô con gái xinh đẹp tuyệt trần, làn da trắng mịn, dáng người cao ráo. Nàng tên là Mị Nương. Đến tuổi cập kê, nhà vua muốn gả nàng cho một người tài giỏi, hiền lành, nên vua liền mở hội kén rể khắp nơi. Những chàng trai khôi ngô tuấn tú, tài năng đến từ mọi miền đều đến kinh thành thi tài cầu hôn công chúa.

Mặc dù đã có nhiều chàng trai xuất sắc tham gia, nhưng nhà vua vẫn chưa tìm được người ưng ý. Một thời gian sau, đột nhiên xuất hiện hai chàng trai vô cùng khôi ngô tuấn tú. Một người là Sơn Tinh đến từ núi Ba Vì, có tài năng kì lạ, chỉ tay về hướng đông thì lập tức mọc lên đồng cỏ xanh, chỉ tay về hướng tây thì lập tức hình thành ngọn núi cao. Người còn lại là Thủy Tinh, từ miền biển Đông, có khả năng gọi mưa, gọi gió. Cả hai người đều xuất sắc, một người là thần của vùng núi cao, một người là chúa của vùng biển sâu, nên ai cũng xứng đáng làm con rể của vua.

Vua Hùng quyết định cho hai người thi tài. Sơn Tinh thi

trước, chàng chỉ tay đến đâu thì ở đó núi mọc lên hùng vĩ, chim muông thú dữ tập trung về. Thủy Tinh cũng không kém, vẫy tay một cái thì nước dâng cao, cá tôm nổi lên mặt nước. Cả hai đều ngang tài ngang sức, vua không biết chọn ai, nên đã cùng các quan triều bàn luận. Cuối cùng, vua đưa ra một thử thách mới: Ai mang sính lễ đến trước sẽ gả con gái cho người đó. Sính lễ gồm một trăm ván cơm nếp, hai trăm tệp bánh chưng, voi chín ngà, gà chín cựa, ngựa chín hồng mao.

Sáng hôm sau, Sơn Tinh đã mang sính lễ đến trước cổng thành Văn Lang, đúng như nhà vua yêu cầu. Vua Hùng rất hài lòng với biểu hiện của Sơn Tinh và đồng ý gả Mị Nương cho chàng.

Trong khi đó, Thủy Tinh đến muộn hơn một chút. Khi tới nơi, chàng hay tin vua Hùng đã gả con gái cho Sơn Tinh, thì tức giận vô cùng. Chàng quyết định đem binh tôm, tướng tép của mình đến đánh Sơn Tinh, thề phải cướp Mị Nương về bằng được. Thủy Tinh liên tục gọi mưa, gọi gió, khiến nước dâng cao cuồn cuộn, đánh Sơn Tinh.

Khi nước dâng cao, lúa ngập, ruộng ngập, ngay cả nhà cao cũng bị ngập. Giông tố ngày càng dữ dội, nước càng dâng cao, thuỷ quái của Thủy Tinh ngày càng nhiều, chúng đều nghe theo sự chỉ dẫn của chàng.

Tất cả người dân Văn Lang đều chung tay giúp đỡ Sơn Tinh. Họ cùng nhau chống lũ lụt, người khỏe mạnh thì đào đất đắp đê, những con đê này ngày nay vẫn được người dân Việt Nam sử dụng để chống lũ lụt.

Đối mặt với tình trạng này, Sơn Tinh không hề sợ hãi, chàng dùng phép để nâng những ngọn đồi, dựng những ngọn núi làm tấm khiên vững chắc ngăn lũ lụt kéo đến. Thủy Tinh dâng nước cao bao nhiêu thì Sơn Tinh cho dãy núi mọc cao bấy nhiêu. Đội quân của Sơn Tinh ném những hòn đá lớn nhỏ xuống biển, khiến quân đội của Thủy Tinh chết vô số kể. Xác thuỷ quái, cá tôm đều nổi trên mặt nước.

Cả hai đánh nhau kéo dài mấy tháng trời, cuối cùng Thủy Tinh vì đuối sức nên đã kéo quân lui về. Kể từ đó, Sơn Tinh và Mị Nương sống hạnh phúc bên nhau.

Tuy vậy, Thủy Tinh vẫn không quên mối thù năm xưa, nên hàng năm cứ đến tháng bảy âm lịch, Thủy Tinh lại nhớ lại mối thù này và đem nước dâng lên đồng bằng sông Hồng để đánh Sơn Tinh. Người dân lại tiếp tục đắp đê cao hơn để ngăn lũ lụt kéo đến.

Để ghi nhớ công ơn của Sơn Tinh, người dân đã phong

Sơn Tinh là Tản Viên Sơn Thánh, một trong Tứ Bất Tử của Việt Nam. Tản Viên tượng trưng cho ước vọng chinh phục tự nhiên, chiến thắng thiên tai

2. Lời của dịch giả

Ý nghĩa câu chuyện: "Sơn Tinh Thủy Tinh" là câu chuyện hư cấu của người Việt nhằm giải thích hiện tượng lũ lụt ở đồng bằng sông Hồng và cách người Việt Nam phòng chống thiên tai. Câu chuyện này ca ngợi sự khôn ngoan của người dân Việt Nam trong việc ứng phó với thiên tai. Trong cốt truyện Sơn Tinh đánh bại Thủy Tinh, nó cho thấy những khả năng khác nhau của con người trong việc chống lại mưa lũ.

Tuy nói rằng "Mệnh Trời khó cãi", "Người tính không bằng trời tính", nhưng cũng có câu "May mắn luôn dành cho người sẵn sàng". Đôi lúc là do sơ suất của con người, chứ không phải ý trời cố tình làm vậy. Chỉ cần gắng hết sức mình, ngoài ra hãy nghe theo mệnh trời vậy!

Vùng đồng bằng sông Hồng ở miền bắc Việt Nam hằng năm đều phải chịu sự tàn phá của lũ lụt, ruộng vườn, lúa thóc, cây ăn trái và cả tài sản tính mạng con người đều chịu sự đe dọa rất lớn. Mỗi năm vào mùa mưa lũ, bà con nông dân chỉ biết trơ mắt nhìn thành quả vất vả canh tác cả năm của mình, và những vật dụng trong nhà bị nước lũ cuốn trôi, thậm chí cũng không ít người đánh mất tính mạng trong những trận lũ lớn. Để giảm thiệt hại xuống mức thấp nhất, nhiều Mạnh Thường Quân trên cả nước đóng góp tiền bạc đất đai xây dựng Nhà tránh lũ xã hội, giải tán người dân đến Nhà tránh lũ lánh nạn mỗi khi lũ đến. Hoặc có người xây Nhà-nổi tại khuôn viên nhà mình, đảm bảo tính mạng là trên hết.

仲始與媚珠

一　原文

　　從前，在甌駱國，有位安陽王，他是一位愛國愛民的國王。為了保護國家的領土，他建造了一座雄偉的城堡，叫做古螺城。人民花了很多心思和精力來建造這座堅固的城牆，但奇怪的是，當古螺城即將完工時，卻倒塌了。安陽王見狀，設壇祈求上蒼。一天，一隻金龜突然從水裡冒出來說：

> 我是金龜神，來自江河的使者！古螺城建成後倒塌的原因是有妖魔作怪，我已經幫你消滅了。

　　果然，妖怪被消滅後，不久古螺城就竣工了。為了祝賀國王，金龜神將他的腳爪送給安陽王，用來製作一把神弩，並告訴國王要小心保存，神弩有法力，射出一箭可殺敵千萬，國王必須保守這個秘密。說完金龜便消失了。

　　安陽王有個女兒，名叫媚珠，安陽王非常寵愛她。媚珠好奇不斷訊問神弩的來歷，安陽王便將神弩的秘密全告訴她。

此時，在甌駱北方有南越國，其國王為趙佗，多次出兵攻打甌駱國，但都因安陽王擁有神弩而失敗告終。僅僅一箭，就能殺敵數十萬。在別無選擇的情況下，趙佗只得投降。

趙佗多次失敗後，向甌駱國求和，並派兒子—仲始，到甌駱國和親，為了兩國的人民，安陽王也同意了。為表示臣服，趙佗要兒子入贅甌駱國，但這是趙佗的陰謀，仲始入贅甌駱國的目的是為了探聽甌駱國的軍事狀況。

與媚珠公主完婚後，兩人情投意合，夫妻生活非常和樂。有一天，媚珠和仲始坐在花園裡聊天，仲始問他的妻子：

> 為什麼甌駱國人少，卻每次出戰都獲勝？

媚珠認為仲始和她感情深厚，兩國已成為一家人，所以毫無顧忌地告訴丈夫：

> 甌駱國有一座雄偉的古螺城，還有一把用金龜神爪製成的神弩，一箭可殺千敵。

仲始對如此強大的武器感到好奇，於是請求能否一睹神弩。媚珠毫不猶豫地帶仲始進入禁區觀覽神弩。仲始故作好奇訊問神弩的用法，媚珠一五一十詳細地告訴了他。

仲始在了解了神弩及其使用方法後，立即給趙佗捎了一封信，詳細敘述了神弩的模樣，趙佗讓人製作了一把和神弩一模一樣的假弩來偷龍轉鳳。計劃成功後，仲始請求國王讓自己回國探望父母，安陽王在不知情之下同意了。

第二天早上，仲始向媚珠道別，說：

> 我要去很遠的地方，萬一兩國失和，我們之間受到了阻礙怎麼辦？如果我想找妳，要怎樣才能見到妳呢？

媚珠回答：

> 我有一件鵝毛衣，我會把它穿在身上，我走到哪裡，就延途拔出鵝毛撒在路上做記號，你只要沿著鵝毛的蹤跡就可以找到我了。

不久，趙佗率軍攻打甌駱國。安陽王恃著有神弩在手，所以老神在在，毫無準備。直到敵人逼近古螺城，安陽王才用神弩射殺，但這次神弩失效了。安陽王一時驚慌，帶著媚珠騎馬逃走，媚珠沿途拔出鵝毛撒在路上，無論安陽王跑到哪裡，都被仲始延著鵝毛的蹤跡追上。

到了暮夜山（今義安省演洲縣）的海岸，金龜神忽然出現，說：

陛下，敵人就在您身後。

安陽王轉過身來，沒有看到任何人，只見媚珠在背後，立刻明白發生了何事。安陽王憤怒拔劍將媚珠殺死，然後跟隨金龜神一同消失。南海軍隊佔領了古螺城，仲始沿著鵝毛路徑來到暮夜山，發現了媚珠的屍首，仲始立刻跑去抱著妻子悲慟痛哭。隨後，仲始投井自盡，該井後命名為仲始井。

如今，古螺村有一座安陽王祠。傳說，媚珠死後，她的血流入大海，吸了這些血的河蚌都長出珍珠，此珍珠用仲始井水清洗，珍珠會發光。

二　譯者的話

俗語云：「害人之心不可有，防人之心不可無。」有時候，敵人就在我們身邊。因此，我們必須時刻保持警惕和防禦的心理。尤其是一個掌握著大眾命運的上位者，在任何情況都必須謹慎，不可輕敵，不可大意忽視。因為牽一髮而動全身，我們每一個決策都關係到整體的興衰。

如《中庸》所言：「凡事，豫則立，不豫則廢。言前定，則不跲。事前定，則不困。行前定，則不疚。道前定，則不窮。」隨時保持萬事俱備，待命狀態，切莫重蹈安陽王的覆轍，使國家陷入危機、落入敵人手中，世事亦然！

Trọng Thủy-Mị Châu

1. Nguyên Văn

Ngày xưa, ở nước Âu Lạc có ông vua tên là An Dương Vương. Ông là người rất chăm lo việc nước. Để bảo vệ lãnh thổ đất nước, ông đã xây dựng một toà thành dày kiên cố gọi là thành Cổ Loa. Nhân dân đã tốn rất nhiều công sức để xây dựng tường thành và nền vững chắc, nhưng điều kỳ lạ là thành Cổ Loa khi gần xây xong lại bị đổ sụp. Thấy vậy, An Dương Vương đã lập đàn cầu tế. Một hôm, mặt nước bỗng nổi lên một con rùa vàng và nói:

"Ta là thần Kim Quy, sứ giả dưới sông đây! Sở dĩ thành Cổ Loa xây xong lại bị đổ sụp là vì có yêu quái phá phách. Ta sẽ giúp ngài diệt trừ yêu quái."

Quả nhiên, sau khi yêu quái bị diệt trừ không lâu, thành Cổ Loa đã hoàn thành. Để chúc mừng nhà vua, thần Kim Quy đã tặng An Dương Vương chiếc móng của mình để làm chiếc nỏ thần, và dặn vua phải giữ gìn cẩn thận.

Nỏ thần có phép lạ, một mũi tên có thể giết chết hàng nghìn quân địch, nhà vua phải giữ bí mật.

Sau khi nói xong thì thần Kim Quy cũng biến mất.

An Dương Vương có một cô con gái tên là Mị Châu, được vua cha hết mực yêu chiều. Thấy Mị Châu tò mò hỏi nên ông đã nói tất cả cho con nghe về nỏ thần.

Lúc này, ở phía Bắc Âu Lạc có nước Nam Việt, vua là Triệu Đà nhiều lần đem quân sang đánh Âu Lạc nhưng đều thất bại vì An Dương Vương có nỏ thần. Chỉ một mũi tên là có thể giết chết hàng trăm nghìn quân địch. Hết cách, Triệu Đà đành xin đầu hàng.

Sau nhiều lần Triệu Đà thất bại, ông đã xin hòa với nước Âu Lạc và cho con trai mình là Trọng Thủy sang cầu hôn công chúa Mị Châu. An Dương Vương đã đồng ý. Để tỏ lòng khuất phục, Triệu Đà đã xin cho con trai ông được ở rể tại nước Âu Lạc. Nhưng đó là âm mưu của Triệu Đà, mục đích của Trọng Thủy khi ở rể là để thám thính tình hình quân sự của nước Âu Lạc.

Sau khi cưới được công chúa Mị Châu, cả hai sống rất hạnh phúc. Một hôm, Mị Châu và Trọng Thủy ngồi ngoài vườn trò chuyện, Trọng Thủy hỏi vợ:

"Tại sao dân Âu Lạc không đông nhưng mỗi lần ra quân đều giành được thắng lợi?"

Mị Châu nghĩ rằng Trọng Thủy và nàng có tình cảm sâu đậm và hai nước cũng đã trở thành một nhà nên đã không do dự nói với chàng rằng:

"Âu Lạc có thành Cổ Loa cao lớn, và có chiếc nỏ thần được làm bằng móng vuốt của thần Kim Quy. Một mũi tên có thể giết chết hàng nghìn quân địch."

Trọng Thủy tỏ ra ngạc nhiên và tò mò về vũ khí lợi hại như vậy, nên đã đòi xem nỏ thần. Mị Châu không ngần ngại dẫn Trọng Thủy vào cấm địa xem nỏ thần. Trọng Thủy lại tò mò về cách hoạt động của nỏ thần nên đã hỏi Mị Châu cách sử dụng.

Trọng Thủy sau khi đã biết được nỏ thần và cách sử dụng, lập tức gửi thư cho Triệu Đà. Triệu Đà đã cho người làm một chiếc nỏ giả giống hệt như nỏ thần để đánh tráo. Sau khi đổi nỏ giả thành công, Trọng Thủy xin nhà vua về quê thăm cha mẹ vì nhớ nhà. An Dương Vương không do dự đã đồng ý.

Sáng hôm sau, Trọng Thủy từ biệt Mị Châu và nói:

"Ta sắp phải đi xa, lỡ như hai nước lại bất hòa cách biệt, ta muốn tìm nàng thì biết làm thế nào để gặp nhau?"

Mị Châu đáp: "Ta có chiếc áo lông ngỗng và sẽ mặc vào người. Đi đến đâu, ta sẽ rút lông ngỗng rắc dọc đường, chàng cứ theo đó mà tìm gặp."

Không lâu sau, Triệu Đà đem quân sang đánh nước Âu Lạc. Nhà vua cậy có nỏ thần nên không chuẩn bị đề phòng gì cả. Cho đến khi quân địch đến sát chân thành, vua An Dương Vương mới đem nỏ thần ra bắn nhưng không trúng như mọi lần. Hoảng sợ, An Dương Vương dẫn Mị Châu lên lưng ngựa chạy trốn, Mị Châu rút lông ngỗng rắc dọc đường. An Dương Vương chạy đến đâu, Trọng Thủy đuổi theo vết lông đến đấy.

Đến núi Mộ Dạ (nay thuộc Diễn Châu, Nghệ An), gần bờ biển, bỗng nhiên thần Kim Quy hiện lên và nói: "Thưa bệ hạ, giặc ngồi sau lưng ngài đó."

Vua An Dương Vương quay ra đằng sau không thấy ai, chỉ thấy Mị Châu, liền hiểu ra sự việc. Tức giận, An Dương Vương rút kiếm chém chết Mị Châu, sau đó theo thần Kim Quy cùng nhau biến mất. Quân Nam Hải chiếm được thành Cổ Loa. Trọng Thủy theo dấu lông ngỗng đến núi Mộ Dạ thì chỉ còn thấy xác Mị Châu. Trọng Thủy lập tức chạy đến ôm vợ khóc hồi lâu. Sau đó, Trọng Thủy đến một cái giếng tự tử.

Ngày nay, ở làng Cổ Loa có đền thờ An Dương Vương.

Người ta nói rằng khi Mị Châu chết, máu chảy xuống biển, những con trai ăn vào đều hóa thành ngọc trai. Ai bắt được ngọc trai và đến rửa ở giếng nơi Trọng Thủy tự tử thì ngọc trai sáng vô cùng.

2. Lời của dịch giả

Tục ngữ có câu: "Hại nhân chi tâm bất khả hữu, phòng nhân chi tâm bất khả vô" (Lòng hại người không nên có, nhưng phải biết đề phòng người khác). Đôi khi, kẻ thù lại ở ngay bên cạnh chúng ta, vì vậy, chúng ta phải luôn giữ tâm thế cảnh giác và phòng bị. Nhất là người nắm trong tay vận mệnh của quần chúng thì đều phải thận trọng trong mọi tình huống, không được khinh địch hay lơ là, bởi vì một hành động nhỏ có thể ảnh hưởng đến toàn cục. Mỗi quyết định đều liên quan đến sự hưng thịnh hay suy vong của tập thể.

Như trong Trung Dung có nói: "Phàm sự, dự tắc lập, bất dự tắc phế. Ngôn tiền định, tắc bất cáp. Sự tiền định, tắc bất khốn. Hành tiền định, tắc bất cửu. Đạo tiền định, tắc bất cùng." (Dù việc gì có chuẩn bị trước thì sẽ thành công, không chuẩn bị thì sẽ thất bại. Chuẩn bị trước khi nói thì không lỡ lời, cạn lời. Mọi việc chuẩn bị trước khi làm thì không gặp khó khăn, bế tắc. Chuẩn bị trước khi hành động thì không xảy ra chuyện nuối tiếc, hối hận. Có chuẩn tắc đạo lý làm người làm việc thì trong quá trình đối nhân xử thế sẽ không gặp trở ngại, đường cùng.) Luôn giữ trạng thái chuẩn bị sẵn sàng, đừng đi vào vết xe đổ của vua An Dương Vương, khiến đất nước rơi vào cảnh nguy nan, lọt vào tay kẻ địch. Việc đời cũng tương tự như vậy!

椰子殼

一　原文

　　從前，在一個村莊裡有一對貧窮的夫妻，已經年過五十，卻還沒有孩子。一天，妻子去山上撿柴，正當又累又口渴時，她發現旁邊有一個椰子殼，裡面有水，她以為是前一夜的雨水，於是就把水喝了。回家後不久，妻子發現自己懷孕了，夫妻倆非常高興，期待孩子的到來。然而，好景不長，沒多久，丈夫便因病去世。為了生活，妻子獨自到員外家做工，過了一段時間便生下了一個孩子，但奇怪的是，孩子沒有手腳，只有身體圓滾滾像個椰子殼。妻子感到難過又傷心，打算把孩子丟掉，這時孩子卻開口說話：

　　媽媽，不要拋棄我，我也是個人啊。

婦人聽後於心不忍，決定把孩子留下撫養，並給他取名為「椰殼」。

　　時間一天天過去，椰殼還是無法幹活，母親非常煩惱，椰殼見狀請母親跟員外請求給他去放牛。母親一開始不同意，因為覺得椰殼做不來，但經過椰殼多番懇求，母親最後答應了。當母親向員外提出請求時，員外有些猶豫，但他心想養椰殼不會浪費多少糧食，工資也很低，如果不行就把他趕走，也沒什麼損失，所以，員外最後同意了。

沒想到，椰殼很會放牛，早上他把牛趕到草地裡吃草，晚上再把牛趕回家。很快，牛群都長得又肥又壯，員外非常高興。

不久後，收割季節到了，家裡的員工都得去田裡幫忙收割，家裡沒有人，所以員外讓三個女兒輪流給椰殼送飯。第一次是大女兒去送飯，當她看到椰殼的長相，感到很厭惡，就冷落他了。第二個女兒也是這樣，只有小女兒心地善良，對椰殼非常有禮。所以，兩個姐姐都把送飯的任務，推給了小妹妹。

有一天，小女兒送飯到山腳時，聽到了非常悅耳的笛聲，在遠處，她看到一個英俊的少年，但走近後卻不見了。經過無數次都看見相同的情景，她漸漸明白，椰殼並非普通人，於是慢慢地對他產生了好感。

收割季節即將結束，椰殼懇求母親去向員外提親。母親很是震驚，並不同意，看著自己兒子的模樣，誰會願

椰子殼
Sọ Dừa

意嫁給他呢？但經過椰殼多次的請求，母親心軟，同意試試看。於是到員外家提親，員外聽後恥笑道：「說說看，誰家的女兒願意嫁給他。」大女兒和二女兒都嫌棄椰殼醜陋，便回屋去了，不料小女兒卻同意了。但員外並不想把女兒嫁給椰殼，於是向母親提出了條件。

員外說：

> 如果想娶我的女兒，必須準備一甕黃金，十匹綢緞，十頭肥豬，十隻肥羊，十桶好酒，我就把女兒嫁給他。

聽到這些，母親非常憂心，回去告訴椰殼。椰殼聽後高興極了，告訴母親說：

> 這些聘禮不難準備，我本是天上的神仙，因犯錯才被懲罰下凡歷劫。等到有人願意嫁給我時，就會破解這個咒語。請您告訴員外，我能準備好所有的聘禮。

第二天早晨，椰殼準時準備好了所有的聘禮，還帶著一隊人馬抬著聘禮來到了員外家。員外看到，眼睛都花了，不敢相信眼前看到的一切，但事實就擺在眼前，他無從抵賴，只好點頭同意把女兒嫁給椰殼。婚禮當天，椰殼舉辦了一場盛大的婚宴，迎親時，沒有人看到椰殼醜陋的模樣，只看到一個英俊的少年站在小女兒身旁。大家都感到非常驚訝和高興,而兩個姊姊既後悔又嫉妒。

從那以後,椰殼夫婦過著快樂幸福的生活。不僅如此,椰殼還非常聰明,他日夜勤奮讀書,果然在那一年,考中了狀元。不久後,國王派他出差遠行,出發前,他交給妻子一把刀、一塊火石和兩顆雞蛋,囑咐她要隨身攜帶以防萬一。

兩個姊姊因為嫉妒妹妹,心生嫉恨,想取代妹妹當椰殼的妻子。趁椰殼遠行,兩個姊姊來到妹妹家,邀請她一起出海遊玩。當船開離陸地很遠時,兩個姐姐將妹妹推入海中。大浪滔滔,妹妹被一條大魚吞進肚子裡,幸好她手上有刀,便剖開魚肚逃脫,漂到了一個小島。她在島上住了幾天,兩顆雞蛋也孵化出兩隻漂亮的公雞,陪伴她過日子。早上,她用刀捉魚來充饑,晚上用火石生火取暖,就這樣,在荒島上生活了一個月。終於等到有一天,一艘船經過島嶼,公雞看到後,高聲啼道:

哦哦哦,若是狀元船請來接我家主人回去!

船上的官員聽到後,將船停靠查看,果然是狀元的妻子,夫妻倆見面後十分高興。回到家後,狀元舉行了盛大的宴會款待親朋好友,但把妻子藏在屋裡,不讓大家知道。兩個姊姊知道椰殼回來了,歡喜萬分,她們開始講述妹妹的遭遇,表示同情,願意代替妹妹照顧狀元。狀元沉默不語，等宴會即將結束時，他請妻子出來。兩個姊姊看到妹妹出來時，感到非常羞愧，悄悄離開，從此再無音訊，椰殼夫婦過著平靜幸福的生活。

二　譯者的話

故事讚揚人的內在美，教導我們不可以貌取人，不能單靠外表來評價一個人，應全面考察，由內及外，體現了做人應注重人文素養，民族傳統道德的真理。

故事強調了仁愛之心和人生的因果法則：「行善得福，作惡必遭報應」，正是仁愛之心帶給人類幸福，所謂「愛人者，人恆愛之；敬人者，人恆敬之」，歌頌人類的真正價值和呼籲對不幸者應加以關愛，杜絕歧視和排斥的行為，世界才會變得更美好。

穿越時空越南神話故事
Xuyên không vào truyện cổ tích Việt Nam

Sọ Dừa

1. Nguyên Văn

Ngày xưa, ở một ngôi làng nọ có hai vợ chồng nghèo, tuổi đã ngoài năm mươi nhưng không có được một đứa con. Một hôm, người vợ đi nhặt củi trên rừng, khi mệt và khát nước, bà thấy gần đó có một cái sọ dừa bên trong có nước. Nghĩ rằng là nước mưa đêm qua tích tụ, bà đã uống hết nước đó. Không lâu sau, bà có mang và hai vợ chồng rất vui mừng. Nhưng không lâu sau, người chồng bệnh tật qua đời. Bà một mình đi làm thuê cho phú ông. Chẳng bao lâu sau, bà hạ sinh đứa bé, nhưng kỳ quái là đứa bé sinh ra không có tay chân, thân hình cứ như quả sọ dừa. Bà buồn bã, dự định vứt đứa bé đi thì đứa bé lên tiếng:

"Mẹ ơi, mẹ đừng bỏ con, con cũng là con người mà."

Bà lão thấy vậy thì quyết định nuôi đứa bé và đặt tên cho con là Sọ Dừa.

Thời gian cứ thế trôi đi, Sọ Dừa vẫn không làm được gì, người mẹ rất phiền lòng. Thấy vậy, Sọ Dừa nói với mẹ xin phú ông cho mình đi chăn bò. Người mẹ lúc đầu từ chối vì nghĩ rằng Sọ Dừa không thể làm được, nhưng sau nhiều lần Sọ Dừa thuyết phục, bà mẹ đã đồng ý. Khi đến xin phú ông, phú ông hơi ngần ngại, nhưng nghĩ nuôi nó chẳng tốn cơm bao nhiêu, tiền lương cũng thấp, nếu không được thì đuổi nó đi, nên ông cũng chẳng mất gì. Cuối cùng, phú ông đồng ý.

Chẳng ngờ rằng, Sọ Dừa chăn bò rất giỏi. Buổi sáng, cậu dẫn bò ra đồng ăn cỏ, đến tối thì đưa bò về nhà. Cả đàn bò đều béo tốt, phú ông rất vui mừng.

Không lâu sau, đến mùa thu hoạch lúa, các tôi tớ trong nhà đều phải ra đồng phụ giúp thu hoạch, trong nhà không có ai, nên phú ông sai ba cô con gái thay phiên nhau đưa cơm cho Sọ Dừa. Lần đầu tiên, cô chị cả đến đưa cơm cho Sọ Dừa, khi thấy Sọ Dừa không có tay chân, cô đã ghét bỏ hất hủi cậu. Cô chị thứ hai cũng thế, chỉ có cô em út là thương người, nên đối đãi với Sọ Dừa rất tử tế. Không lâu sau, hai cô chị đã đùn đẩy việc đưa cơm cho cô em út.

Một hôm, cô út đưa cơm đến chân núi thì nghe được tiếng sáo rất hay. Xa xa, cô nhìn thấy một chàng trai khôi ngô tuấn tú, nhưng khi đến nơi thì cô không thấy ai cả. Nhiều lần nhìn thấy như vậy, cô đã biết được Sọ Dừa không phải là người thường, nên dần dần đem lòng yêu quý.

Gần cuối mùa thu hoạch, Sọ Dừa năn nỉ mẹ đi hỏi cưới con gái phú ông. Người mẹ sững sờ không đồng ý vì nhìn thân hình của con mình chẳng ai dám lấy. Nhưng sau nhiều lần năn nỉ của Sọ Dừa, vì thương con, bà đã đồng ý. Khi bà đến nhà phú ông hỏi cưới, ông đã cười mỉa mai và hỏi xem có cô con gái nào đồng ý không. Hai cô chị thì chê Sọ Dừa xấu xí, không thích nên đã đi vào nhà, chỉ có cô em út đồng ý. Nhưng phú ông lại không muốn gả con gái cho Sọ Dừa, nên đã thách cưới bà mẹ.

Phú ông nói:

"Muốn cưới con gái của ta thì phải có một chĩnh vàng cốm, mười tấm vải lụa đào, mười con lợn béo, mười con dê béo, mười vò rượu đem sang đây, ta sẽ gả con gái cho."

Lúc nghe xong, người mẹ buồn rầu về kể lại cho con. Nghe vậy, Sọ Dừa vui vẻ nói với mẹ rằng:

"Sính lễ đó không có gì khó cả, con vốn là tiên ở trên trời nhưng do phạm sai lầm nên mới bị phạt xuống trần gian. Khi nào có người chịu gả cho con thì lời nguyền sẽ được hóa giải. Mẹ cứ bảo với phú ông rằng con có đầy đủ các thứ."

Sáng hôm sau, như đúng hẹn, Sọ Dừa đã chuẩn bị đầy đủ sính lễ, lại có đầy đủ gia nhân khiêng sính lễ đến nhà phú ông. Phú ông nhìn đến hoa cả mắt, đành phải gật đầu đồng ý gả con gái cho Sọ Dừa. Trong ngày cưới, Sọ Dừa đã tổ chức tiệc linh đình. Lúc rước dâu, không ai thấy Sọ Dừa xấu xí đâu, chỉ thấy một chàng trai khôi ngô tuấn tú đứng kế bên cô út. Mọi người thấy vậy đều vô cùng sững sờ và vui mừng, còn hai cô chị thì vừa hối hận vừa ghen ghét.

Từ đó, hai vợ chồng Sọ Dừa sống với nhau rất hạnh phúc. Không những thế, Sọ Dừa còn rất thông minh, chàng ngày đêm siêng năng đọc sách. Quả nhiên năm đó, chàng thi đỗ Trạng Nguyên. Không lâu sau, nhà vua sai chàng đi xa. Trước khi đi, chàng đã đưa cho vợ mình một cây dao, một hòn đá đánh lửa và hai quả trứng gà, nói với vợ luôn đem theo bên mình để phòng thân.

Hai cô chị ganh tị với cô em nên sinh lòng ghen ghét, muốn làm vợ Sọ Dừa thay cô em. Sau khi Sọ Dừa đi vắng, hai cô chị đã sang nhà dụ cô em đi ra ngoài biển chơi. Khi thuyền đã xa đất liền, hai cô chị đã đẩy cô em ngã xuống biển. Sóng to gió lớn, cô em bị con cá lớn nuốt chửng, nhưng may có con dao cô đã khoét bụng cá để thoát ra ngoài, trôi dạt đến một hòn đảo. Sống được ít ngày, hai quả trứng gà cũng nở thành đôi gà đẹp để làm bạn với cô em út. Buổi sáng, cô dùng dao để bắt cá ăn, buổi tối thì lấy đá đánh lửa sưởi ấm qua đêm.

Cứ thế một tháng sống ở đảo hoang. Một hôm có một chiếc thuyền lớn đi ngang qua đảo, gà trống thấy được và gáy to:

"Ò ó o, phải thuyền quan trạng rước cô tôi về!"

Quan cho thuyền vào xem thì thấy đúng là vợ mình, hai vợ chồng vui mừng khôn xiết. Khi đưa vợ về đến nhà, quan trạng mở tiệc chiêu đãi bà con, nhưng giấu vợ trong nhà không cho mọi người biết. Hai cô chị thấy Sọ Dừa đã về thì rất vui mừng. Hai người kể chuyện cô em út đi chơi chẳng may gặp nạn, và tỏ vẻ rất thương tiếc với mong muốn thay em út chăm sóc quan trạng. Quan trạng không nói gì. Buổi tiệc kết thúc, quan trạng cho mời người vợ bước ra. Hai cô chị thấy em mình thì rất xấu hổ, lén bỏ về nhà, từ đó biệt xứ. Hai vợ chồng Sọ Dừa và cô em út sống bình yên và hạnh phúc.

2. Lời của dịch giả

Câu chuyện ca ngợi vẻ đẹp nội tâm của con người, dạy chúng ta không nên đánh giá người khác qua vẻ bề ngoài mà cần xem xét toàn diện từ trong ra ngoài, thể hiện chân lý con người nên coi trọng phẩm chất nhân văn và đạo đức truyền thống của dân tộc.

Câu chuyện nhấn mạnh tấm lòng nhân ái và quy luật

nhân quả trong cuộc sống: "Làm việc thiện sẽ nhận phúc báo, làm điều ác ắt gặp báo ứng". Chính tấm lòng nhân ái mang lại hạnh phúc cho con người, đúng như câu nói "Yêu thương người, sẽ luôn được người yêu thương; kính trọng người, sẽ luôn được người kính trọng". Câu chuyện ca ngợi giá trị đích thực của con người và kêu gọi quan tâm, giúp đỡ những người kém may mắn, đồng thời loại bỏ sự kỳ thị và xa lánh để thế giới trở nên tốt đẹp hơn.

吃楊桃換金

一　原文

　　從前，在一個村莊裡，有兩兄弟，父母早逝，兩兄弟相依為命。哥哥本性貪婪、自私，而弟弟本性善良，誠實、勤奮。到了結婚年齡，哥哥提出分家，弟弟尊重哥哥的決定。哥哥貪心把房子、田地、果園全部據為己有，只留給弟弟一間簡陋的茅廬和一棵楊桃樹。雖然財產分配不公，但弟弟並無怨言，夫妻倆一起努力照顧那棵楊桃樹，不久，楊桃樹結滿了果實，每顆果實又甜又大，可以拿去販售，賺些生活費用。

　　有天，一隻大鳥飛到楊桃樹上，把所有香甜可口的楊桃都吃光了。弟弟非常驚慌，趕緊驅趕大鳥，並說道：

　　　　大鳥啊！大鳥啊！我們全部家當只有這棵楊桃樹，
　　　　你把果子吃光了，我們拿什麼來賺取生活費呢？

　　那隻大鳥便回應道：

> 吃一顆果實，
>
> 還一塊金子，
>
> 做個三尺袋，
>
> 帶著去裝吧。

兩夫妻聽見大鳥會說人話，非常驚訝，雖然心中有些懷疑，但他們還是決定聽信大鳥的話，做了一個三尺大的袋子。

第二天，那隻大鳥又飛到弟弟的小屋前，載著弟弟飛走。大鳥飛了很遠，帶他來到了一個荒島，島上到處都是黃金珠寶。弟弟非常吃驚，仔細察看這裡的黃金珠寶都是真的。聽從大鳥的指示，弟弟裝滿了三尺袋子的黃金，再讓大鳥載回家。從此之後，弟弟變得富裕，錢多到花不完，他們便拿這些錢幫助村裡窮苦的人，因此，村裡的人都非常感激和尊敬他們。

很快，弟弟致富的消息傳到了哥哥耳裡，便來詢問弟弟是怎樣得到這些黃金的。弟弟如實告訴哥哥事情的經過。聽完後，哥哥心生貪念，立刻把自己所有的財產都拿來跟弟弟交換，只留下這間茅廬和這棵楊桃樹。弟弟也順著哥哥的意願答應了他的請求。

從此，哥哥每天照料楊桃樹，等待果子成熟，再等大鳥來吃。過了一段時間，楊桃樹又結滿了果實，那隻大鳥又飛來吃果子。看到大鳥來，哥哥兩夫妻心裡竊喜，卻裝作擔憂和可憐的樣子向大鳥訴苦。大鳥聽完之後，便說：

> 吃一顆果實，
> 還一塊金子，
> 做個三尺袋，
> 帶著去裝吧。

哥哥歡喜若狂，吩咐妻子要做個十尺大的袋子，而不是三尺。

　　第二天，大鳥再次出現，載著哥哥去拿黃金。到了荒島，哥哥看到島上堆滿了黃金珠寶，貪婪地把黃金裝滿了十尺大的布袋，還不滿足，哥哥又把黃金塞滿了衣服口袋。大鳥催促了好幾次要早點離開，哥哥才依依不捨地讓大鳥載回去。

　　飛行至大海上空的途中，由於黃金太重，大鳥漸漸筋疲力盡，最後告訴哥哥把一些黃金丟下海，但哥哥沒有聽從大鳥的勸告。大鳥越來越無力，翅膀傾斜，哥哥和裝滿黃金的袋子都掉進了海裡，被海浪吞沒。大鳥飛走了，而哥哥和所有的黃金逐漸沉入海底。

二　譯者的話

　　這個故事啟發我們一個道理：做人不能太貪婪，因為貪婪會帶來災難，可能會毀掉自己，也警惕我們過度貪圖不屬於自己的東西，最終會被貪欲所害。此外，還教導我們，兄弟姊妹間應該互相愛護、關懷和扶持，共同面對困難，度過難關，發揚兄友弟恭的美德。

　　這兩兄弟的故事，也給我們上了深刻的一課：面對困難時，個人的決擇至關重要，一念之差便墜萬丈深淵。儘管小弟一開始受到了不公平對待，但他卻以堅忍、謙虛的態度面對生活，平實篤信，踏踏實實做人；而大哥則貪婪無度，只為一己之私，不顧兄弟情，最終被自己的欲望所害，付出了慘痛的代價。

Ăn khế trả vàng

1. Nguyên Văn

Ngày xưa, ở một ngôi làng nọ có hai anh em, cha mẹ mất sớm, hai anh em phải sống nương tựa vào nhau. Người anh bản tính tham lam, ích kỷ, còn người em thì hiền lành, thật thà, chăm chỉ và siêng năng. Đến tuổi lấy vợ, người anh muốn chia gia tài và ra ở riêng. Người anh tham lam lấy hết nhà cửa, ruộng vườn, chỉ chia cho người em một túp lều và một cây khế ngọt. Dù tài sản bị chia không công bằng, nhưng người em không một lời oán trách. Hai vợ chồng người em cùng nhau cố gắng chăm sóc cây khế. Không lâu sau, cây khế ra rất nhiều quả, quả nào cũng ngọt, tươi, và có thể đem bán lấy tiền trang trải cuộc sống.

Một hôm, có một con chim lạ to lớn bay đến, ăn hết số quả chín mà hai vợ chồng người em định thu hoạch. Người em rất hoảng sợ, liền đuổi con chim đi và nói: "Chim ơi! Chim ơi! Hai vợ chồng ta chỉ có một cây khế này thôi. Ngươi ăn hết quả rồi, ta lấy gì đem đi bán đây?"

Bỗng nhiên, con chim lạ trả lời:

"Ăn một quả,

Trả một cục vàng,

May túi ba gang,

Đem theo mà đựng."

Hai vợ chồng người em nghe thấy chim biết nói tiếng người thì rất bất ngờ. Mặc dù còn nghi ngờ, nhưng họ vẫn quyết định nghe theo lời con chim, may một túi ba gang.

Ngày hôm sau, con chim lạ lại đến trước túp lều của người em và dẫn họ bay đi. Con chim bay rất xa, đến một hòn đảo hoang, nơi đây đầy vàng bạc châu báu. Người em rất bất ngờ vì vàng bạc ở đây là thật. Nghe theo lời con chim, người em lấy số vàng vừa đủ vào túi ba gang và theo chim bay trở về. Từ đó, người em trở nên giàu có, tiền bạc ăn không hết. Họ còn dùng số tiền này để giúp đỡ những người nghèo trong làng. Cả làng ai cũng yêu quý người em.

Không lâu sau, khi người anh nghe tin về sự giàu có của người em, liền vội qua nhà hỏi thăm và muốn biết làm sao mà người em có được số vàng này. Người em cũng thật thà kể lại mọi chuyện cho người anh nghe. Sau khi nghe xong, lòng tham nổi lên, người anh lập tức đem toàn bộ gia sản của mình đổi lấy phần tài sản của người em, chỉ giữ lại túp lều và cây khế ngọt. Người em nghe vậy, cũng chiều lòng người anh.

Từ đó, người anh hằng ngày chăm sóc cây khế, chờ quả chín rồi đợi chim đến ăn. Không lâu sau, cây khế lại ra rất nhiều quả, và con chim lạ lại tiếp tục đến ăn. Thấy chim đến, vợ chồng người anh rất mừng, nhưng lại giả bộ than nghèo khổ với chim. Chim lạ thấy vậy liền trả lời:

"Ăn một quả,

Trả một cục vàng,

May túi ba gang,

Đem theo mà đựng."

Người anh nghe thấy vậy rất đỗi vui mừng, lập tức bảo vợ may túi, nhưng không phải may túi ba gang mà là may túi mười gang.

Sáng hôm sau, con chim đến, dẫn người anh đi lấy vàng. Đến đảo hoang, người anh thấy vàng bạc châu báu ở đây vô cùng nhiều, liền rất mừng và tham lam, bỏ vàng vào túi mười gang của mình. Chưa hết, người anh còn bỏ thêm vàng vào trong túi áo. Con chim phải giục mấy lần, người anh mới chịu theo chim mà quay về.

Khi đang bay giữa biển, do vàng quá nặng, con chim bắt đầu mệt, liền bảo người anh bỏ bớt vàng xuống biển, nhưng người anh không nghe. Con chim dần mất sức, nghiêng cánh khiến người anh và đống vàng rơi xuống biển sâu và bị sóng cuốn đi mất. Con chim bỏ đi, còn người anh và đống vàng dần chìm xuống đáy biển.

2. Lời của dịch giả

Ý nghĩa câu chuyện muốn nhắn nhủ chúng ta là: Con người không nên quá tham lam, vì tham lam sẽ dẫn đến những hậu quả tai hại, có thể sẽ tự hủy hoại bản thân. Câu chuyện này cảnh báo rằng nếu ta quá tham lam, muốn chiếm đoạt những gì không thuộc về mình, cuối cùng sẽ bị chính sự tham lam đó hại chết mình. Bên cạnh đó, câu chuyện còn dạy chúng ta về tình anh em trong gia đình, phải biết yêu thương, quan tâm, đùm bọc lẫn nhau, giúp đỡ nhau vượt qua khó khăn, phát dương đức tính kính trên nhường dưới, thay vì ganh đua hay tranh giành với nhau.

Câu chuyện về hai anh em cũng là một bài học sâu sắc về việc đối diện với khó khăn và sự lựa chọn của mỗi người. Người em dù chịu thiệt thòi, nhưng với thái độ kiên nhẫn, khiêm nhường đối mặt với cuộc sống khó khăn, thật thà chất phác, chân thực thành tín. Trong khi người anh vì tham lam, ích kỷ, không nể tình anh em, hơn nữa không kiềm soát được lòng tham và cuối cùng phải trả giá đắt.

取天還地

一 原文

　　從前,在一個村莊裡有兩個孤兒,分別叫做阿天和阿地。兩人都很貧困,情同手足,相依為命,同進同出,因此,一起去大地主那裡打工過活。阿天雖然手腳笨拙,不能做粗重的工作,但很聰明,聞一知十;而阿地雖然不如阿天聰明,但他勤勞肯幹,身體強壯。

　　有一天,兩兄弟正在休息時,阿地突然對阿天說:

> 如果我們一直這樣做工,恐怕永遠不會富裕,沒有出頭之日。你雖然聰明,但體力不佳,而我雖然魯鈍,但身體強壯。我有個主意,你只管用心學習,我去做工供你讀書,等你考上功名,我們一起享受榮華富貴,如何?

阿天起初有些猶豫,但最後還是答應了,並承諾如果自己考上功名,一定不會忘記阿地的恩情。

　　從那以後,阿地就拼命工作賺錢,供阿天讀書。他不分晝夜，甚至廢寢忘食，不辭勞苦地工作。阿天則每天努力學習，以不辜負阿地的期望。歲月流逝，十年寒窗苦讀，阿天終於準備赴考。不負所讀，阿天連中三元，鄉試會試，殿試，甚至中了狀元。阿天獲得朝廷的青睞，任命為一方的高官，住進了大宅，僕人婢女成群。

阿天回鄉之日，阿地得知阿天中了狀元，高興萬分。當阿地去見阿天時，阿天卻已變了心，視阿地如陌路人，還命令士兵將他毒打一頓。

憤怒的阿地跑到河邊哭泣，心裡感到不公，自己真心的付出卻遭阿天背叛。正當傷心難過之際，突然身邊出現一位老人，關心地問其原因。阿地一五一十把事情的經過告訴了老人。聽完後，老人對他說：

> 你不必再去替別人打工了，就在這條河邊開發一個渡口，渡人過河，賺夠生活費就行。

阿地聽後覺得這個建議不錯，但他沒有渡船。老人安慰他不必擔心，便施法力變出了一艘渡船給阿地。

從此以後，阿地每天在渡口渡客人過河，但只賺夠每日生活費，無法積蓄分毫。眼看父親忌日將至，卻無錢辦置供品祭拜父親，阿地心裡發愁。突然，有位年輕貌美的女子要過河，阿地送她過河，但天色已晚，女子請求讓她借宿一晚。阿地的家就在河邊，只是間簡陋的小茅屋，裡面只有一張小床。阿地把床讓給了女子，自己則到別處去休息。經過這一夜的相處，女子覺得阿地是個厚道踏實的正人君子，於是決定嫁給他。正當阿地感到有些犯難，不知所措，女子便說：

> 我原本是天上的仙女，看到你的困境，於是下凡來幫助你。

說完，女子便施法將阿地的小茅屋變成了豪華的大宅，僕人婢女齊備。阿地高興得無以言喻，女子又施法擺出了一桌豐盛的飯菜，供阿地用來祭父，並告訴阿地：

> 你穿上這件錦袍，去請阿天來家裡做客用餐。

當阿地來到阿天家，邀請阿天來做客時，阿天卻說：

> 想請我去你家用飯是可以的，但你必須從我家鋪錦蓆到你家，我才去赴宴。

阿地回去告訴妻子，妻子便用法力把錦蓆從阿地家鋪到阿天家。阿天感到非常疑惑，為什麼阿地在短短時間內竟然變得如此富裕，於是決定去阿地家查看究竟。

當阿天到達阿地家時，看阿地家中一切都是千真萬確，十分豪華氣派。正在用餐之際，阿地請妻子出來向阿天敬酒。看到阿地的妻子美麗動人，阿天開始心生嫉妒，覺得自己不如阿地幸福。酒過三巡後，阿天對阿地說：

> 我們從小就非常相親相愛,任何東西都互相分享。如今我已經做了狀元,而你也成為一地的富翁。不如你把妻子和財富都給我,而我則把我的官職和狀元的稱號給你,我們互換身分,如何?

阿地當然不肯答應,但他的妻子卻勸他同意,最終雙方達成協議。於是,阿地換上了狀元服坐轎回狀元府,而阿天則高興地喝得爛醉,並在阿地大宅裡睡著了。

隔天早上,阿天醒來後發現自己原本所在的豪宅已經消失,取而代之的是阿地原本的小茅屋,而他的妻子也不見蹤影了。

從此,阿天代替阿地繼續做渡船的工作,渡客人過河。而阿地則專心學習,在狀元府做官。

二 譯者的話

生活中必須時刻存有感恩之心,敬重幫助過我們的人,切莫忘恩負義。受人滴水恩,當以湧泉報。忘恩之人,雖然眼前得益,將來必招致災禍。

同時,故事亦教育我們做人勿起貪婪與驕傲之心,功成名就時勿忘本,勿自高自大忘卻在困苦時曾經幫助過我們的人。阿天忘恩負義的行為給自己帶來悲慘的結局,示意我們貪婪之心,不可能得到長久的幸福。

另外,這個故事亦是越南文學文化,「取天還地、悖入悖出」這些成語的出處。天地一切自有公道,不屬於自己的東西強行佔為己有,終究會物歸原主。如《大學》所言:「貨悖而入者,亦悖而出。」

因此,透過這個故事讓我們學習到誠實,孝順和感恩的尊貴。同時,在生命漫長的歲月裡,我們必須存有廣大的心量,學會尊重,珍惜我們生命中的貴人。

穿越時空越南神話故事
Xuyên không vào truyện cổ tích Việt Nam

Của Thiên trả Địa

1. Nguyên Văn

Ngày xưa ở một ngôi làng có hai đứa trẻ đều mồ côi cha mẹ, tên là Thiên và Địa. Hai người đều nghèo khó nên sống nương tựa vào nhau, cùng nhau đi làm thuê cho địa chủ. Thiên thì tay chân vụng về không thể làm việc nặng nhọc quá nhiều nhưng bù lại rất thông minh học một biết mười. Còn Địa thì cần cù siêng năng nhưng không thông minh như Thiên.

Một hôm hai anh em đang ngồi nghỉ trưa thì Địa bỗng nói với Thiên:

"Nếu hai anh em ta cứ làm thuê như thế không biết bao giờ mới khá giả lên, nên tôi có ý này: anh Thiên thì thông minh lanh lợi nhưng sức khỏe thì không được tốt, còn Địa tôi tuy ngu dốt nhưng cần cù lại có sức khỏe tốt. Anh cứ ra sức học hành, còn tôi sẽ đi làm thuê nuôi anh ăn học, đến ngày anh đỗ đạt thì hai anh em mình cũng nhau hưởng phú quý."

Thiên lúc đầu còn băn khoăn nhưng cuối cùng anh đã đồng ý, và hứa khi thì đỗ thành tài nhất định sẽ không quên ơn nghĩa của Địa.

Từ đó Địa lúc nào cũng ra sức cố gắng kiếm tiền để nuôi Thiên ăn học, anh làm thuê không kể giờ giấc, không sợ khó nhọc, làm việc đến quên ăn quên ngủ. Thiên thì mỗi ngày học hành chăm chỉ để không phụ lòng Địa. Thời gian cứ thế trôi đi, sau mười năm đèn sách cũng đến ngày Thiên lên kinh thi. Chẳng bao lâu sau Thiên đỗ thi Hương, đỗ luôn Trạng Nguyên. Thiên được nhà vua cho làm quan to có kẻ hầu người hạ đông đúc, dinh thự to lớn.

Ngày Thiên về làng, Địa nhận được tin Thiên đỗ Trạng Nguyên nên vui mừng khôn siết. Nhưng khi Địa đến gặp Thiên thì bất ngờ Thiên đã thay lòng đổi dạ, không nhận mặt Địa và còn sai quân lính đánh Địa một trận.

Tức giận Địa ra bờ sông ngồi khóc, tức lòng người bạc bẽo. Địa ngồi khóc thì có một ông lão ngồi đó. Ông lão quan tâm hỏi Địa tại sao lại khóc. Địa kể hết sự tình cho ông lão nghe. Sau khi nghe xong ông lão bảo Địa hãy ở lại con sông này lập một bến đò để đưa khách sang sông kiếm đủ ăn là được, khỏi đi làm thuê cho người khác. Địa nghe theo lời ông lão dạy nhưng khổ thay chàng không có đò để lập bến. Thấy vậy ông lão đã hóa phép biến ra một chiếc đò cho Địa.

Từ đó hằng ngày Địa ở bến đò chở khách qua sông, nhưng chỉ kiếm đủ ăn không để dành được một đồng nào, thấy giỗ cha sắp đến nên Địa ngồi đó buồn rầu. Bỗng nhiên có một người phụ nữ trẻ trung, xinh đẹp đến muốn ngồi đò sang sông. Lúc Địa chở nàng qua sông thì trời cũng sập tối, thấy vậy nàng xin Địa cho ở tá túc một đêm. Nhà Địa ngày bờ sông chỉ là một cái chồi nhỏ, bên trong có vẻn vẹn một chiếc giường nhỏ và chàng đã nhường nó cho cô gái ngủ, còn mình thì đi chỗ khác nằm đỡ. Sau một đêm tá túc, cô gái thấy Địa là người hiền lành chất phác nên nàng ngỏ ý muốn làm vợ chàng. Địa còn bỡ ngỡ không biết trả lời thế nào thì nàng đáp: "Ta vốn là tiên nữ ở trên trời, thấy được hoàn cảnh chàng khó khăn nên đã xuống đây giúp đỡ. Nói xong nàng đã hóa phép biến cái chồi nhỏ của chàng thành một ngôi nhà to lớn có kẻ hầu người hạ. Địa vui mừng sung sướng. Nàng còn hóa phép ra bàn cỗ để Địa cũng giỗ cha, và bảo Địa mặc áo gấm sang nhà Thiên mời qua nhà ăn giỗ. Khi đến nơi Thiên bảo: "Nếu muốn mời ta đến nhà ăn cỗ, phải trải chiếu hoa từ đây đến nhà thì ta sẽ đến". Địa về kể lại với vợ thì vợ chàng đã hóa phép trải chiếu hoa từ đây đến nhà Thiên. Thiên lấy làm lạ tại sao trong thời gian ngắn mà Địa lại trở nên giàu có, nên đã tò mò đến nhà Địa xem để biết thêm sự tình.

Khi đến nhà Địa thì thấy mọi thứ trong nhà đều nguy nga tráng lệ. Lúc đang ăn giỗ, Địa đã bảo vợ ra mời rượu Thiên. Thấy vợ Địa quá xinh đẹp nên Thiên rất ganh tị với hạnh phúc của Địa. Khi say rượu Thiên nói:

"Từ xưa đến giờ anh em chúng ta đều rất thân thiết có gì cũng chia sẻ cho nhau. Nay anh đã làm Trạng nguyên, còn em cũng làm ông chủ giàu có một vùng. Hay là em đổi vợ và cơ nghiệp của em cho anh, còn anh thì đổi chức quan to Trạng nguyên lại cho em"

Địa làm sao mà bằng lòng, nhưng vợ của Địa lại bảo anh đồng ý. Cuối cùng hai bên làm giấy giao ước. Sau đó Địa đã đổi trang phục lên kiệu về phủ Trạng nguyên, còn Thiên thì vui vẻ say rượu nằm ngủ trên phủ của Địa. Đến sáng hôm sau Thiên ngủ dậy thì phát hiện ngôi nhà nguy nga tráng lệ đã biến mất, thay vào đó là một cái chòi nhỏ bên sông, còn người vợ cùng đã biến mất không thấy đâu.

Từ đó Thiên thay Địa làm nghề chèo đò đưa khách sang sông. Còn Địa cũng học hành thành tài sống ở phủ Trạng nguyên làm quan to của mình

2. Lời của dịch giả

Trong cuộc sống, chúng ta luôn phải giữ lòng biết ơn,

tôn trọng những người đã giúp đỡ mình, tuyệt đối không được vong ân bội nghĩa. "Nhận ân tình một giọt nước, báo đáp bằng cả dòng suối", kẻ quên ơn dù trước mắt có lợi, nhưng tương lai ắt sẽ gặp tai họa.

Câu chuyện cũng dạy chúng ta không nên sinh lòng tham lam và kiêu ngạo. Khi thành công, không được quên nguồn cội hay những người đã giúp đỡ mình trong lúc khó khăn. Hành vi vong ân bội nghĩa của A Thiên đã dẫn đến kết cục bi thảm, ngụ ý rằng lòng tham không bao giờ mang lại hạnh phúc bền lâu.

Ngoài ra, câu chuyện còn là nguồn gốc của câu thành ngữ trong văn hóa văn học Việt Nam: "Của Thiên trả Địa". Mọi thứ trên đời đều có sự công bằng của trời đất, những gì không thuộc về mình mà cưỡng đoạt, cuối cùng cũng sẽ trở về với chủ cũ. Như trong "Đại Học" có câu: "Hóa bội nhi nhập giả, diệc bội nhi xuất." (Của cải bất chính mà có được, rồi cũng sẽ mất đi vô cớ.)

Qua câu chuyện này, chúng ta học được những giá trị quý báu như trung thực, hiếu thảo và biết ơn. Trên hành trình dài của cuộc sống, cần có tấm lòng rộng mở, biết tôn trọng, trân trọng những người đã giúp đỡ mình.

一百節竹子

一 原文

　　從前，在一個村莊裡，有一個非常誠實、勤奮的農夫到員外家打工。自從他到員外家工作之後，員外家就越來越富裕。員外對這位農夫非常滿意，但他是一個極其吝嗇的人，看到農夫工作如此努力又老實，想要利用他，讓他做白工，不想付他工錢，於是他想出了一個詭計。

　　一天，員外叫農夫來到跟前，說：

　　　我看你是個非常勤奮、誠實的人，所以我很欣賞你。我打算這樣，你在這裡給我工作三年，三年後我把女兒嫁給你，你覺得怎樣？

農夫聽後很高興，更加倍努力為員外賣命，每天起早貪黑，也不拿工錢，即便工作很辛苦，但農夫也從不抱怨。

　　三年後，農夫的工作期限已到，員外本來就只想利用他而已，怎麼可能願意把女兒嫁給一個窮光蛋的農夫呢？其實，員外早已答應將女兒嫁到隔壁村的另一位有錢人家。婚期快到了，員外吩咐其他僕人不能把這件事告訴農夫。

婚禮前夕，富翁叫農夫前來，說：

> 這三年來，你工作表現得非常好，因此我決定把女兒嫁給你。明天是婚嫁的良辰吉日，你去森林裡找一根有一百節長的竹子，當做聘禮，我就把女兒嫁給你。但你得要抓緊時間，如果明天中午之前還找不到竹子，我就把女兒嫁給別人。

農夫聽完後，明天一早天還未亮，農夫就起程走進森林尋找有一百節長的竹子。然而，他找了老半天，數來數去，大多數只有四十多節，找到最長的也不過六十多節。眼看中午快到了，自己還沒找到百節竹子，他就地坐下來抱頭大哭。突然間，眼前出現一位仙翁，看到農夫在哭，仙翁走過來詢問事情原由。

農夫把事情的經過告訴了仙翁，聽完後，仙翁要他砍一百節的竹子並帶到他前面來。農夫雖然有些疑惑，但最後還是聽從了仙翁的吩咐，砍了一百節竹子拿到仙翁面前。仙翁教農夫唸句咒語：

> 刻入，刻入。

然後一百節竹子瞬間豎立起來，排成一根有百節的竹子。

一百節竹子
Cây tre trăm đốt

農夫看見這一幕非常高興，但隨後又感到困擾，因為竹子太長，不知道怎麼帶回家。

仙翁知道農夫的煩惱，又教他唸另一句咒語：

刻出，刻出。

於是，那根百節長的竹子立即變回原形，農夫可以輕鬆的帶回家。

回到員外家後，農夫看到家裡已經賓客滿席，一問之下才知道是員外已將女兒嫁給隔壁村的富翁的兒子。得知真相後，農夫非常生氣，他帶著員外要求的聘禮去找員外。當員外看到一百節的竹子時，恥笑道：

我要的是一百節長的竹子，而不是一百節竹子。

農夫沉默不語，只唸了句咒語：

刻入，刻入。

語音一停，那一百節的竹子立刻豎立起來串成一根有百節長的竹子，看得員外和眾多賓客目瞪口呆。員外覺得不可思議，便走過去摸摸竹子，這時農夫又唸咒語：

刻入，刻入。

結果員外竟飛了起來，粘在竹子上端，成為一百零一節。

員外害怕萬分，大喊救命，第一個前來救援的是他的女婿，他試圖把員外拉出來，但怎麼使勁也拉不出來，反而連自己也被粘住了。其他人也紛紛前來幫忙，但全都被粘住。見大事不妙，員外連忙求饒，在所有賓客的見證下，承諾將女兒嫁給他，再也不敢欺騙他了。

於是，農夫便答應幫他們脫困，並唸了咒語：

刻出，刻出。

這時竹子和人才分開來。後來。農夫娶了員外的女兒，兩人過著幸福的生活

二 譯者的話

有一種美德叫「厚道」。厚道的人「真誠」，表裡如一、言行一致、心地純真、待人誠懇，不算計人、不欺騙人。厚道的人「包容」，嚴於律己、寬以待人，以責人之心責己、以恕己之心恕人，得理能饒人、理直氣平和。厚道的人「善良」，有同情心、關愛心、感恩心和責任心，與人為善，從不害人，也不欺善怕惡和仗勢欺人。厚道的人「實在」，不好高騖遠、不敷衍塞責、不做表面文章、不玩花拳繡腿，也不誇誇其談，說實話、辦實事。厚道的人「謙虛」，不炫耀、不張狂、大智若愚，懂得山外有山、樓外有樓和強中還有強中手的道理。

Cây tre trăm đốt

1. Nguyên Văn

Ngày xưa, ở một ngôi làng nọ có một anh nông dân thật thà, chăm chỉ đến nhà phú ông xin làm thuê. Anh là một người rất siêng năng, cần cù nên từ khi làm việc cho phú ông, gia đình ông càng thêm giàu có nên ông rất hài lòng. Nhưng vốn tính ông phú ông rất keo kiệt, thấy anh nông dân làm việc chăm chỉ mà lại không muốn trả tiền công, ông đã nghĩ ra một kế. Phú ông gọi anh nông dân đến và bảo:

"Ta thấy con là một người rất siêng năng, chăm chỉ lại thật thà nên ta rất thích. Ta tính như vậy, bây giờ con ở đây làm việc cho ta ba năm, sau ba năm ta sẽ gả con gái của ta cho con, con thấy sao?"

Khi anh nông dân nghe được lời đó thì rất mừng, càng thêm cố gắng làm việc cho phú ông, không kể ngày đêm và cũng không lấy tiền công. Từ sáng sớm, khi mặt trời chưa mọc, anh đã đi ra đồng làm ruộng đến khuya tối mới về nhà. Dù có khó khăn vất vả, anh nông dân cũng không nói lời nào.

Ba năm sau, thời hạn làm thuê của anh nông dân đã hết,

nhưng phú ông làm sao có thể chịu gả con gái cho một người nghèo như anh. Một người giàu có ở làng bên cũng đến xin cưới con gái phú ông, vậy nên phú ông đã đồng ý gả con gái cho người đó. Ngày chuẩn bị đám cưới, phú ông đã dặn những người tôi tớ trong nhà không được nói cho anh nông dân biết.

Khi đám cưới con gái phú ông và con trai nhà giàu làng bên đã đến, phú ông gọi anh nông dân đến và nói:

"Bao lâu nay, ta thấy con làm việc rất siêng năng chăm chỉ, nên ta đã quyết định gả con gái ta cho con. Ngày mai là ngày tốt để cưới hỏi, con phải vào rừng kiếm cho ta một cây tre trăm đốt. Ta coi đó là sính lễ, sau đó sẽ gả con gái ta cho con. Con phải nhanh lên, nếu đến giờ ngọ ngày mai không tìm được tre thì ta sẽ gả con gái ta cho người khác đấy."

Sau khi nghe xong, anh nông dân lập tức vào rừng tìm kiếm tre trăm đốt. Nhưng tìm cả buổi sáng, anh đếm đi đếm lại chỉ có hơn bốn mươi đốt, cây dài nhất cũng chỉ có sáu mươi mấy đốt. Thấy giờ ngọ sắp đến mà mình vẫn chưa kiếm được cây tre trăm đốt, anh nông dân đã ngồi khóc. Bỗng nhiên, từ đâu xuất hiện một ông tiên. Thấy anh nông dân ngồi khóc, ông tiên đến hỏi.

Anh nông dân kể lại sự việc cho ông tiên nghe. Sau khi nghe xong, ông tiên bảo anh nông dân chặt một trăm đốt tre và mang đến đây. Anh nông dân lúc đầu hơi nghi ngờ, nhưng cuối cùng vẫn chặt một trăm đốt tre đem đến trước mặt ông tiên. Ông tiên chỉ anh nông dân đọc câu thần chú: "Khắc nhập, khắc nhập", thì bỗng nhiên một trăm đốt tre lập tức dựng đứng lên, xếp thành cây tre trăm đốt. Anh nông dân thấy vậy thì rất mừng, nhưng sau đó lại phiền não vì cây tre dài quá không biết làm cách nào để mang về nhà.

Ông tiên thấy vậy lại chỉ anh nông dân đọc tiếp câu thần chú: "Khắc xuất, khắc xuất", thì cây tre trăm đốt lại biến thành một trăm đốt tre nhỏ như lúc ban đầu, anh nông dân có thể mang về nhà.

Về đến nhà, thấy khách đến nhà đông đúc, anh nông dân hỏi ra mới biết hôm nay là ngày con gái phú ông được gả cho con trai nhà giàu làng bên. Biết được sự thật, anh nông dân rất tức giận, anh đến tìm phú ông và đưa sính lễ của mình theo yêu cầu. Khi thấy một trăm đốt tre, phú ông cười khinh và nói:

"Ta đã kêu người tìm cho ta cây tre trăm đốt chứ không phải một trăm đốt tre."

Anh nông dân không nói gì mà chỉ đọc câu thần chú: "Khắc nhập, khắc nhập", thì một trăm đốt tre lập tức dựng đứng lên thành cây tre trăm đốt trước sự kinh ngạc của phú ông và quan khách. Phú ông thấy lạ nên đến chạm vào cây tre, lúc này anh nông dân lại tiếp tục đọc câu thần chú: "Khắc nhập, khắc nhập", thì phú ông cũng bay lên và dính lên thân cây tre như đốt thứ một trăm lẻ một.

Phú ông rất hoảng sợ, kêu người đến cứu. Người đầu tiên đến là con rể của ông, anh ta đến kéo phú ông ra nhưng không kéo được, còn bị dính lên trên thân cây. Mọi người đều đến giúp nhưng đều bị dính trên cây. Thấy vậy, phú ông rất sợ và hứa sẽ không lừa anh nông dân nữa, hứa sẽ gả con gái của mình cho anh. Trước sự làm chứng của tất cả các khách quan hôm nay, cuối cùng anh nông dân cũng đồng ý và đọc câu thần chú: "Khắc xuất, khắc xuất". Lúc này, cây tre và tất cả mọi người đều thoát khỏi cây tre.

Từ đó, anh nông dân đã lấy được con gái phú ông và hai người sống hạnh phúc bên nhau

2. Lời của dịch giả

Có một phẩm chất cao quý gọi là "Hậu đạo".

Người hậu đạo luôn chân thành, trong ngoài như một,

lời nói đi đôi với việc làm, tấm lòng thuần khiết, đối đãi với người bằng sự chân tình, không toan tính, không lừa gạt.

Người hậu đạo biết bao dung, nghiêm khắc với bản thân, khoan dung với người khác, lấy tâm trách người để trách mình, lấy tâm tha thứ mình để tha thứ người, có lý nhưng vẫn nhường nhịn, dù đúng vẫn giữ hòa khí.

Người hậu đạo luôn lương thiện, có lòng trắc ẩn, yêu thương, biết ơn và có tinh thần trách nhiệm, giúp người hành thiện, không hại người, không ức hiếp kẻ yếu hay cậy thế làm càn.

Người hậu đạo sống thật thà, không tham vọng viển vông, không qua loa đại khái, không làm việc hình thức, không dùng thủ đoạn chiêu trò, không khoác lác thổi phồng, nói lời chân thật, làm việc thiết thực.

Người hậu đạo biết khiêm tốn, không khoe khoang, không kiêu ngạo, giữ thái độ "đại trí như ngu" (người tài giỏi thường tỏ vẻ bình dị), hiểu rằng "núi cao còn có núi cao hơn, người tài còn có người tài hơn".

石生和李通
Thạch Sanh và Lý Thông

石生和李通

一　原文

　　從前，在高平縣有一對年老的樵夫夫婦，他們生活貧困，膝下無子。兩夫婦常上山去砍柴，帶到市集換米，生活雖然艱苦，但他們仍經常幫助其他比他們困苦的人。他們的善良感動玉皇大帝，於是命太子下凡投胎做他們的孩子。不久之後，妻子懷孕了，但丈夫卻去世了。妻子生下一個俊美的男孩，取名為石生。幾年後，妻子也去世了，只留下石生一人，生活在大榕樹下的小茅屋裡，靠著父親留下的斧頭繼續砍柴為生。當他十三歲時，玉皇大帝派神仙下凡教他武術和法術。

　　一天，一個賣酒的人名叫李通，路過石生居住的大榕樹下，並停下來歇息。李通見石生健壯、機靈又誠實，並且獨自一人生活，便產生了與其結拜為兄弟的念頭，於是帶他回家。

　　當時，這個地區有一條蛇精經常出來吃人，國王多次派兵消滅但都以失敗告終，因為蛇精擁有法術又變化多端。無奈之下，國王設立祭壇，承諾每年進貢一個人給蛇精。

今年正是輪到李通為祭品，母子二人聽聞此事十分恐慌，便策劃騙石生替自己去送死。當石生砍柴回家時，李通跑出來對他說：

> 今晚輪到我去神廟值守，但家裡正在釀酒需要我在家幫忙，不如你替我去值一晚。

老實，善良的石生不疑有詐，爽快答應了他。

那天夜裡，當石生正在神廟裡熟睡時，蛇精忽然出現，撲過去要將石生吞食。石生冷靜地與蛇精搏鬥，最終將蛇精的頭砍了下來，並將屍體燒成灰。同時，石生發現神廟裡有一副純金的弓箭，石生歡喜帶著弓箭，提著蛇精的頭顱回家。

聽到石生敲門聲，李通母子十分驚慌，以為是他的幽魂回來復仇，便跪地求饒。石生進屋後講述了斬殺蛇精的經過，李通靈機一動，對他說：

> 這蛇精是國王所養，你殺了牠必定會被判死刑，趁天未亮，不如趕緊逃到森林裡藏身，跑得越遠越好，其餘的事我來善後。

石生和李通
Thạch Sanh và Lý Thông

石生相信李通母子的話，便回到榕樹下的小茅屋過著以往平凡的日子。

至於李通，他把蛇精帶到京城，並表示自己已把蛇精消滅。國王大為讚賞，封他為都督郡公。

當時，國王的女兒瓊娥公主到了適婚年齡，但遲遲未能選到如意郎君，甚至鄰國的王子來求親，公主也看不上。國王決定為公主舉辦拋繡球招親大會，凡是接到繡球的人就可成為駙馬。就在公主準備拋繡球時，天空突然出現一隻大鵬鳥飛過來將她擄走。

坐在榕樹下的石生聽到公主的呼救聲，立刻用金箭射傷了大鵬鳥的翅膀，大鵬鳥用嘴把箭拔出來，繼續飛回牠的巢穴。石生延著大鵬鳥傷口滴下來的血跡找到了牠的巢穴，並留下記號，然後返回自己的茅屋。

公主失蹤，國王命令李通帶人去尋找公主，並許諾，若成功救回公主便將公主嫁給他。李通又驚又喜，焦急萬分，不知如何才能找到公主。最後想起，只有石生才能幫上忙。於是，他派兵尋找石生，同時懸賞打聽石生的下落，過了十天，石生終於出現。

石生見到李通，便詢問國王是否會赦免自己的罪行。李通回答道：

若我們能戴罪立功，國王會赦免我們兄弟二人的罪。日前，瓊娥公主被大鵬鳥抓走，如果我們能成功救回公主，國王才會赦免我們的死罪。

聽到這，石生說前幾天看見大鵬鳥飛過，自己還用箭射傷了牠。李通很高興，立刻請石生帶路，到大鵬鳥的巢穴，眼見山洞很深，石生便主動跳下去解救公主。

大鵬鳥自從受傷後，就一直躺在那裡動彈不得，使喚公主伺候牠。石生見到公主後，交給她一包迷藥，示意她將大鵬鳥迷暈。等大鵬鳥昏睡後，石生將公主綁在繩子上，再請李通的士兵將公主拉上去。待公主已安全拉出山洞，李通命令士兵將洞口封住，然後離開了。石生找不到出路，心裡非常憤怒。

這時，大鵬鳥醒來，發現公主不見了，只見石生一個人，便憤怒地撲向石生，想要撕殺他。然而，由於大鵬鳥已有傷在身，不一會兒就被石生殺死了。石生四處尋找出口，卻發現在一處有一個年輕人被困在鐵籠中。石生詢問後得知，原來是龍王的太子，一年前，太子遊玩時不小心被大鵬鳥抓走，並關在這裡。

聽聞事情的來龍去脈，石生立即解救太子，兩人共同找到了出口。逃出去後，太子帶石生回自己的水宮作客。龍王見到兒子平安歸來，高興不已，為了感謝石生的救命之恩，龍王封給他一個官職，但石生拒絕了，希望回到人間生活。龍王見石生去意已決，於是贈給他很多金銀珠寶，但石生依然拒收，最後龍王只贈送給他一把琴和一個石鍋，石生告辭後便回到榕樹下的小茅屋生活。

蛇精和大鵬鳥死後，二者的魂魄相遇，訴說彼此的遭遇。得知兩者皆是被石生所殺，便決定聯手報復石生。

牠們偷偷潛入國王的國庫，拿走金銀珠寶埋在大榕樹下，企圖誣陷石生。不久後，國王的士兵來到榕樹下，並發現了埋藏在樹下的金銀珠寶，便將石生逮捕。

再說瓊娥公主獲救後，不知為何變得一語不發，整日愁容滿面，國王只好暫緩公主和李通的婚禮，等待公主痊癒再議。此時，石生被捕，國王交由李通審判，李通萬萬沒想到自己多次設計加害的人竟然還活著，為了滅口，李通判決石生死刑，以絕後患。

石生在監獄中拿出龍王贈送給他的琴彈奏，不料這是一把神琴，琴聲訴說著李通忘恩負義，爭功諉過的罪證，責備公主輕諾失信。哀痛的琴聲傳入公主耳中，公主立即請求國王讓她會見彈琴之人，見到石生後公主便開口說話。

國王因公主痊癒而感到高興，便召見石生，石生向國王和眾人講述了自己從小父母雙亡，與李通結拜兄弟，到廟中斬蛇精、救公主脫離大鵬鳥的魔爪、被李通活埋在山洞裡、營救龍王太子及被誣陷偷竊珠寶受牢獄之災的一切經歷。

國王和在場眾人聽完後深感同情，一切真相大白，國王便將李通母子緝捕歸案，帶到殿上交由石生審判。石生寬宏大量，赦免了李通母子，讓他們回鄉務農，然而，天理昭彰，疏而不漏，兩人才走到半路便被雷電擊斃。

再說，國王歡喜地把公主嫁給石生，婚禮辦得非常隆重。鄰國得知憤怒萬分，認為公主藐視他們這些王公貴冑，竟然寧願嫁給一個平凡之人，深感受辱，便紛紛出兵攻打。此時，石生彈奏著琴，清脆的琴聲響起，削弱了所有士兵的士氣。石生隨後邀請所有將士用飯，眼前有幾萬將士卻只有區區一小鍋飯，大家都不願吃。石生於是對大家說：

誰能吃完這鍋飯便重重有賞。

果然，所有將士聽到有賞，便賣力的吃，但不管吃了多少依舊無法吃完。最後，所有將士都吃飽了，但飯鍋裡的飯卻原封不動，大家向石生叩頭致謝，隨後搬師回朝。後來，因國王無子繼承王位，故將王位傳給了石生。

二　譯者的話

　　這個故事說明了善良和真誠總是會得到回報的，而邪惡與自私最終會付出代價。寬容始終是值得我們學習的美德，邪惡終究不能勝正。

　　天道好還、善惡到頭終有報，所以，凡事要對得起自己的良心，才能安枕無憂；如若為圖一己私利，埋沒良心，不擇手段陷害他人，就算詭計得逞，亦終生不安，每天過著提心吊膽的日子，終有一日真相大白，到頭來還是一場空，還被世人唾罵，留下臭名，禍及子孫，何苦來哉！「天網恢恢，疏而不漏」。切記！切記！

穿越時空越南神話故事
Xuyên không vào truyện cổ tích Việt Nam

Thạch Sanh và Lý Thông

1. Nguyên Văn

Ngày xưa ở quận Cao Bình có hai vợ chồng tiều phu nghèo, tuổi đã cao nhưng không có một mụn con. Hai vợ chồng thường lên rừng đốn củi, sau đó ra chợ đổi lấy gạo ăn. Hai vợ chồng rất tốt bụng thường hay giúp đỡ những người khó khăn hơn mình. Cảm động trước sự tốt bụng của hai người, Ngọc Hoàng đã sai Thái tử xuống đầu thai thành con của hai người. Từ đó người vợ có thai nhưng không lâu sau thì người chồng mất. Người vợ sinh được một người con trai khôi ngô tuấn tú đặt tên là Thạch Sanh. Qua mấy năm thì người vợ cũng mất, chỉ còn Thạch Sanh sống ở túp lều dưới gốc cây đa với cây rìu đốn củi của người cha để lại. Năm chàng mười ba tuổi thì Ngọc Hoàng sai tiên ông xuống dạy Thạch Sanh võ công và các phép thần thông.

Một hôm có một người bán rượu tên là Lý Thông đang đi bán rượu thì dừng chân ở gốc đa nơi Thạch Sanh đang ở để nghỉ ngơi. Lý Thông thấy Thạch Sanh là người khỏe mạnh nhanh nhẹn thật thà lại ở một mình nên muốn kết nghĩa huynh đệ, sau đó dẫn Thạch Sanh về nhà của mình.

Lúc bấy giờ ở vùng này có một con Chằn Tinh thường bắt người dân ăn thịt. Nhà vua đã nhiều lần sai quân lính đến tiêu diệt Chằn Tinh nhưng đều thất bại vì nó có phép thần thông biến hóa. Hết cách, nhà vua đành lập miếu thờ và mỗi năm sẽ cống nạp một mạng người cho nó.

Năm ấy là năm Lý Thông phải nộp mạng. Nghe tin, mẹ con Lý Thông rất hoảng sợ và đã bàn mưu tính kế đưa Thạch Sanh đi thế mạng. Khi Thạch Sanh đốn củi về thì Lý Thông đã chạy ra và nói với Thạch Sanh: "Đêm nay tới lượt anh phải đi canh miếu thờ nhưng ở nhà anh đang làm dở vò rượu, cần phải làm cho xong. Em hãy đi canh miếu thay ta một đêm nhé". Thạch Sanh vui vẻ nhận lời đi ngay. Đêm đó Thạch Sanh đang ngủ thì Chằn Tinh hiện lên tính nhảy tới ăn thịt Thạch Sanh. Thạch Sanh bình tĩnh đánh nhau với Chằn Tinh. Cuối cùng chàng chém được đầu nó, đốt xác nó thành than. Lúc này trong miếu có một bộ cung tên bằng vàng, Thạch Sanh mừng rỡ lấy nó và cầm đầu Chăn tinh đi về nhà.

Nghe tiếng Thạch Sanh kêu mở cửa, hai mẹ con Lý Thông rất hoảng sợ nghĩ ràng hồn chàng về sau khi bị Chằn Tinh ăn thịt nên đã vội quỳ xuống xin tha.

Khi Thạch Sanh vào nhà kể lại mọi chuyện cho mẹ con

Lý Thông nghe là mình đã chém đầu Chăn Tinh. Lý Thông đã nghĩ ra một kế mới và nói với Thạch Sanh : "Đây là con Chằn Tinh do nhà vua nuôi, nay em chém đầu nó nhất định sẽ bị tội chết. Bây giờ nhân lúc trời chưa sáng em hãy trốn vào rừng sâu, trốn càng xa càng tốt. Mọi việc ở nhà cứ để anh lo liệu."

Tin lời mẹ con Lý Thông, Thạch Sanh trở về túp lều dưới gốc cây đa năm xưa sinh sống. Còn Lý Thông đem đầu của Chằn Tinh đến kinh thành tâu với vua rằng mình đã tiêu diệt được Chằn Tinh. Vua vô cùng khen ngợi và phong cho Lý Thông làm Đô đốc quận công.

Lúc này công chúa Quỳnh Nga con của vua đã đến tuổi lấy chồng, nhưng nàng vẫn chưa chọn được người nào xứng đánh. Ngày cả các hoàng tử của nước láng giềng qua cầu hôn hỏi cưới nhưng nàng vẫn không ưng một ai. Hết cách nhà vua mở hội kén rể cho các hoàng tử và các chàng trai trong thiên hạ. Nếu ai may mắn bắt được quả cầu mà công chúa ném thì người đó sẽ là phò mã. Lúc công chúa định ném quả cầu thì từ trên trời có một con chim Đại Bàng bay đến và bắt công chúa đi.

Thạch Sanh ngồi dưới gốc cây đa nghe được tiếng kêu

cứu của công chúa, chàng lập tức dùng cung tên bắn con chim Đại Bàng. Mũi tên bắn trúng cánh của Đại Bàng, nó lập tức nhổ mũi tên ra. Thạch Sanh lần theo vết máu tìm được chỗ ở của nó, lập tức đánh dấu và trở về dưới gốc đa.

Công chúa Quỳnh Nga mất tích, nhà vua ra lệnh cho Lý Thông đi tìm công chúa và hứa sẽ gả công chúa cho Lý Thông. Lý Thông vừa mừng vừa sợ không biết làm cách nào tìm được công chúa. Cuối cùng hắn cũng nghĩ ra một cách: chỉ có Thạch Sanh mới giúp được mình.

Lý Thông cho quân lính đi tìm Thạch Sanh, mặt khác cũng mở hội để dò la tin tức của Thạch Sanh. Đến ngày thứ mười thì tìm thấy được Thạch Sanh đi xem hội.

Thạch Sanh thấy được Lý Thông, dò hỏi thăm xem nhà vua đã tha tội cho Thạch Sanh hay không thì Lý Thông nói: "Nhà vua sẽ tha tội cho hai anh em ta nếu anh em ta lấy công chuộc tội. Hiện công chúa Quỳnh Nga đang bị Đại Bàng tinh bắt mất. Chỉ khi chúng ta cứu được công chúa thì nhà vua sẽ tha tội chết."

Nghe được vậy, Thạch Sanh nói mấy hôm trước mình có thấy Đại Bàng bay qua nên đã dùng tên bắn nó. Lý Thông vui mừng lập tức bảo Thạch Sanh dẫn mình đến đó. Đến nơi thấy hang rất sâu nên Thạch Sanh đã xung phong xuống dưới giải cứu công chúa.

Đại Bàng từ hôm bị thương về nằm liệt một chỗ, bắt công chúa phục vụ cho mình. Khi Thạch Sanh gặp được công chúa đã ra hiệu công chúa đưa thuốc mê cho Đại Bàng tinh uống. Đợi sau khi Đại Bàng tinh ngủ say, Thạch Sanh buộc dây vào công chúa và ra hiệu cho lính của Lý Thông kéo công chúa lên. Sau khi kéo được công chúa lên, Lý Thông ra lệnh cho quân lính dùng đá bịt kín miệng cửa hang lại rồi một mình rời khỏi nơi đó. Thạch Sanh tìm không được lối ra nên rất tức giận.

Lúc này Đại Bàng tinh đã tỉnh lại phát hiện không thấy công chúa đâu, chỉ còn lại Thạch Sanh, tức giận lao về phía Thạch Sanh muốn giết chết chàng. Tuy nhiên Đại Bàng tinh đã bị thương trước đó nên chẳng mấy chốc đã bị Thạch Sanh giết chết. Thạch Sanh nhìn quanh tìm lối thoát và phát hiện một thanh niên bị giam trong lồng sắt. Chàng hỏi ra mới biết hóa ra đây là Thái Tử con trai của vua Thủy Tề. Một năm trước, Thái Tử đang dạo chơi không cẩn thận đã bị Đại Bàng tinh bắt mất và bị giam ở nơi này.

Hiểu rõ mọi chuyện, Thạch Sanh lập tức cứu Thái Tử ra

ngoài, sau đó hai người đã tìm được lối thoát. Thái Tử dẫn Thạch Sanh xuống thủy cung chơi. Vua Thủy Tề rất vui mừng vì đã gặp lại được con trai. Để cảm ơn Thạch Sanh, vua Thủy Tề đã cho chàng một chức quan dưới Thuỷ Cung nhưng Thạch Sanh đã từ chối và chỉ muốn quay về nhân gian. Vua Thủy Tề thấy vậy liền ban cho Thạch Sanh rất nhiều vàng bạc châu báu, nhưng Thạch Sanh lại tiếp tục từ chối. Cuối cùng vua Thủy Tề chỉ tặng một cây đàn và một cái nồi đá. Thạch Sanh nói lời tạm biệt và quay về gốc cây đa sống.

Sau khi Chằn tinh và Đại Bàng tinh chết, hồn chúng lang thang vô tình gặp nhau và kể cho nhau nghe về số phận của mình. Biết được cả hai là do cùng một người giết nên đã quyết định cùng nhau trả thù Thạch Sanh.

Chúng lẻn vào nhà kho của vua và lấy vàng bạc của vua chôn ở dưới gốc cây đa nhằm vu oan cho chàng. Không lâu sau, quân lính của nhà vua tìm đến và thấy được vàng bạc bị chôn dưới gốc cây đa nên đã bắt giam Thạch Sanh.

Công chúa Quỳnh Nga sau khi được giải cứu thì tự nhiên hóa câm, cả ngày gương mặt sầu muộn không vui. Vua đành hoãn đám cưới của Lý Thông và Công chúa, đợi đến lúc Công chúa hết bệnh thì mới tính tiếp chuyện này. Lúc này,

Thạch Sanh bị bắt và nhà vua đã cho Lý Thông toàn quyền xét xử. Lý Thông không ngờ người mình cố hãm hại vẫn còn sống nên quyết định xử tội tử hình Thạch Sanh nhằm bịt đầu mối.

Ngồi trong ngục, Thạch Sanh lấy cây đàn mà vua Thủy Tề đã tặng ra đàn. Không ngờ đây là cây đàn thần. Tiếng đàn vang ra là những lời kể tội Lý Thông vong ơn bội nghĩa, cướp công Thạch Sanh, cũng như trách công chúa hờ hững sai lời hẹn ước dưới hang. Tiếng đàn truyền đến tai công chúa, công chúa lập tức xin nhà vua cho gặp người đánh đàn.

Nhà vua vui mừng vì công chúa khỏi bệnh, liền gọi Thạch Sanh đến. Khi Thạch Sanh đến, chàng đã kể hết mọi chuyện cho nhà vua và tất cả mọi người ở đó nghe, từ việc mồ côi cha mẹ còn nhỏ cho đến kết nghĩa với Lý Thông, vào miếu để chém Chằn Tinh, giải cứu công chúa khỏi Đại Bàng tinh, việc bị Lý Thông cho người bịt miệng giếng, cứu được thái tử Thủy Tề và bị bắt đến đây....

Vua và tất cả mọi người nghe được thì rất thương cảm, liền cho người bắt mẹ con Lý Thông đến và giao toàn quyền xét xử cho Thạch Sanh. Chàng rộng lượng tha cho hai mẹ con Lý Thông về quê làm ăn. Nhưng hai mẹ con đi được nửa đường thì bị sét đánh chết.

Nhà vua vui mừng gả công chúa cho Thạch Sanh. Lễ cưới diễn ra rất hoàng tráng. Thấy vậy các nước láng giềng rất tức giận vì vua đã gả công chúa cho người tầm thường chứ không phải gả cho họ, bèn đem quân sang đánh. Lúc này Thạch Sanh đem cây đàn ra gảy cho mọi người nghe. Tiếng đàn thanh thót vang lên, tất cả các binh sĩ đều không còn ý trí muốn đánh trận nữa. Thạch Sanh lúc này mời tất cả các tướng sĩ ăn cơm. Mấy vạn tướng sĩ nhưng chỉ có nồi cơm nhỏ xíu nên mọi người đều không dám ăn. Thấy vậy, Thạch Sanh liền đố mọi người ai có thể ăn hết nồi cơm này thì sẽ được trọng thưởng. Quả nhiên, tất cả các tướng sĩ nghe được như vậy đều ra sức ăn, nhưng ăn mãi ăn mãi vẫn không thấy hết. Cuối cùng các tướng sĩ đều ăn no nhưng nồi cơm vẫn đầy. Họ dập đầu cảm tạ và chở về nước. Về sau nhà vua không có con trai nên đã truyền ngôi cho Thạch Sanh.

2. Lời của dịch giả

Câu chuyện này cho chúng ta thấy rằng lòng tốt và sự chân thành luôn được đền đáp, còn điều ác và sự ích kỷ cuối cùng sẽ phải trả giá. Khoan dung là đức tính đáng quý mà mỗi người nên học hỏi, bởi tà không thể thắng chính.

Trời xanh có mắt, thiện ác cuối cùng đều có báo ứng. Vì vậy, trong mọi việc, hãy sống sao cho không hổ thẹn với lương tâm để có được giấc ngủ yên bình. Nếu vì tư lợi cá nhân mà chôn vùi lương tri, dùng mọi thủ đoạn hãm hại người khác, dù có thành công đi chăng nữa thì cũng sẽ sống trong lo âu sợ hãi. Rồi một ngày sự thật sẽ phơi bày, tất cả chỉ là công dã tràng, lại còn bị người đời khinh bỉ, lưu danh xấu để lại tai họa cho con cháu. Thật là đáng tiếc! "Lưới trời lồng lộng, tuy thưa mà khó thoát".

聰明小孩

一 原文

從前，在一個村莊裡，有一個叫阿弟的男孩。他家境貧寒，母親早逝，只有他和父親相依為命。

那時，國王正因國家缺乏人才而憂心忡忡。朝廷中大臣年事已高，不久將告老還鄉。因此，國王下令命一品大臣走訪全國各地尋找人才。

大臣走遍全國，出了許多考題，但無人能解。有一天，他途經阿弟所在的村莊，正在樹下歇息時，看到阿弟和父親在田裡耕作，覺得這孩子聰明伶俐，於是走上前問道：

小弟弟，我問你，你家的牛一天犁幾畝田？

阿弟被問得有些意外，但仍淡定地回答：

那大人您能告訴我，您的馬一天走幾步路嗎？若您能回答，我就告訴您我家的牛一天犁幾畝田。

大臣聽完後很驚訝，心裡暗喜，這必定是個人才。於是詢問了阿弟的名字和住址，然後立刻回朝復命。

國王聽大臣稟報後非常高興，但為了要進一步驗證阿弟的才智，便下令送三頭公牛和三大盤糯米給阿弟的村莊，命令村民在三個月內讓這三頭公牛生下九頭小牛。

村民接到命令後，既高興又擔憂，開了很多次會議，還是沒有找到解決的方法。阿弟得知後，便對父親說：

> 難得國王賞賜，您去告訴村民，宰殺兩頭牛和兩盤糯米來慶祝，剩下的一頭牛和一盤糯米就拿去賣換錢做盤纏，這樣我們就可以上京城去向國王說明情況。

父親聽後覺得不妥，馬上拒絕，擔心犯下欺君抗命之罪。但在阿弟再三的懇求下，父親只好將阿弟的意思告訴村民。村民仍然有所顧慮，於是請阿弟父子寫下保證書，倘若國王怪罪，兩父子一力承擔所有後果。

簽下保證書後，村民便宰殺了兩頭牛和兩盤糯米盡情享用。幾天後，父子倆帶著盤纏一同前往京城。到王宮門前時，阿弟請父親在外等候，自己悄悄溜進宮內，大聲哭泣。

此時，國王剛好路過，聽到哭聲便命人將阿弟帶來，問道：

> 你是誰家的孩子，為何在這裡大聲哭喊？

阿弟回答：

> 啟稟陛下，我母親早逝，家裡只有我和父親。我請父親再生個弟弟給我作伴，但父親不願意，懇請陛下下令命父親生個弟弟陪我玩耍。

國王聽完，笑道：

> 你想要弟弟，就該讓你父親再娶個妻子，你父親是個男子，怎能生孩子呢？

阿弟立刻站起來說：

> 既然如此，為何陛下命令我們村裡的三頭公牛生出九頭小牛？公牛怎能生小牛呢？

國王聽了哈哈大笑道：

> 那是朕賜的恩典，還不快將牛宰了慶祝？

阿弟高興地答道：

> 我們早已將牛宰來吃，我和父親此次上京只是為了要確認陛下的旨意。

國王聽了心中十分歡喜，證實了阿弟是個聰慧之人，便命人準備住處以款待阿弟父子。

當天晚上，國王又命大臣送來一隻麻雀，命令阿弟父子必須用這隻麻雀準備七桌豐盛的菜餚來獻給國王。

這次阿弟明白國王是想再次考驗自己，便從袋子裡拿出一根鐵針，並告訴大臣：「請大人將這根鐵針磨成一把大刀來宰殺麻雀。」

大臣聽後，回去向國王稟報，國王更加確信阿弟才智過人。

就在此時，北方的使者出使我國，為的是摸清底細，試探國情，便出了一道難題。他拿出一隻兩頭空的長螺殼和一條線，要求國王與朝臣在沒有任何工具幫助之下，將線穿過螺殼。

國王和群臣都非常頭疼，無人能解。國王忽然想起阿弟，便召他入宮。聽完題目後，阿弟沒有直接作答，而是唱道：

噹叮噹叮叮噹，
捉隻螞蟻繫線於腰，
一頭用紙包住，
一頭抹油引蟻鑽出。

聽完後，國王和大家按此方法試一試，用線綁在螞蟻腰上，另一頭抹油，果然螞蟻被油的氣味吸引而爬到螺殼的另一頭，將線穿過螺殼。

使者心生敬佩，一個平庸之人也能輕而易舉的破解迷題，可見我國人才濟濟，不容小覷，隨後返國。阿弟因立下大功，國王封他為狀元，並在皇宮附近建造了狀元府，以便國王隨時召見參謀劃策。

二　譯者的話

儒家所推崇做人的五常德：仁、義、禮、智、信；貫穿在人們生活的基本倫理道德當中，是一個人的品格修養。先學禮、後學文，是老祖宗為後代子孫墊定的做人基礎；學問是其次，道德才是成功的要素。仁、義、禮、信，是靠平時的涵養，而當中的「智」則有賴個人的資質和日常的充實。如子貢讚美孔子：「學不厭、智也；教不倦、仁也。仁且智，孔子既聖矣！」博學多聞能使人增長智慧、則能辨善惡、是非。

孟子學說延續孔子思想，再發揚光大，更細膩引導仁、義、禮、智修持，簡稱為「四端」：「惻隱之心，仁之端也；羞惡之心，義之端也；辭讓之心，禮之端也；是非之心，智之端也。」可見五常德是待人處事不可或缺的。

Cậu bé thông minh

1. Nguyên Văn

Ngày xưa, ở một ngôi làng nọ có một cậu bé tên Tí. Nhà cậu nghèo, mẹ mất sớm, chỉ có hai cha con nương tựa vào nhau mà sống.

Bấy giờ trong kinh thành, nhà vua đang lo lắng vì đất nước đang thiếu người tài. Các quan triều đình tuổi tác đã cao, chẳng bao lâu nữa sẽ cáo lão hồi hương. Vì thế, vua ra lệnh cho quan Nhất phẩm đi khắp đất nước để tìm người tài.

Quan Nhất phẩm rong ruổi khắp nơi, đưa ra nhiều câu đố nhưng không ai trả lời được. Trong lúc ấy, ông tình cờ đi ngang qua ngôi làng của cậu bé Tí. Ngồi nghỉ chân dưới gốc cây, ông nhìn thấy Tí và cha đang cày ruộng. Nhận thấy cậu bé có vẻ thông minh, lanh lợi, ông bước tới hỏi: "Này cậu bé, cho ta hỏi, trâu của ngươi một ngày cày được mấy đường?"

Bị hỏi bất ngờ, nhưng Tí vẫn bình tĩnh đáp: "Vậy quan cho con hỏi ngựa của ngài một ngày đi được mấy bước? Nếu quan trả lời được, con sẽ nói trâu nhà con một ngày cày được mấy đường."

Quan Nhất phẩm nghe vậy thì rất ngạc nhiên, trong lòng mừng thầm, chắc chắn đây là người tài. Ông hỏi thăm họ tên và chỗ ở của Tí, rồi lập tức trở về triều đình báo lại với vua.

Sau khi nghe chuyện, nhà vua rất vui, nhưng vẫn muốn thử tài cậu bé thêm lần nữa để chắc chắn. Vua sai mang ba con trâu đực và ba thúng gạo nếp đến làng của Tí, ra lệnh cho dân làng trong vòng ba tháng phải làm sao cho ba con trâu đực đẻ ra chín con nghé.

Dân làng nhận lệnh từ vua, vừa mừng vừa sợ. Mọi người tổ chức nhiều cuộc họp nhưng vẫn không tìm ra cách thực hiện. Nghe tin, Tí nói với cha: "Hiếm khi được vua ban lộc, cha hãy bảo dân làng đem hai con trâu và một thúng gạo nếp ra xẻ thịt cùng ăn. Còn một con trâu và một thúng gạo, chúng ta sẽ bán lấy lộ phí để lên kinh thành trình bày với vua."

Người cha nghe xong thì rất bất ngờ, lập tức từ chối vì sợ tội khi quân. Nhưng Tí nài nỉ mãi, cuối cùng cha đành nói lại với dân làng. Trong buổi họp tiếp theo, người cha trình bày ý kiến của Tí. Dân làng vẫn e ngại, nên yêu cầu hai cha con phải làm giấy cam kết chịu trách nhiệm.

Sau khi hoàn tất giấy cam đoan, dân làng xẻ thịt hai con trâu và dùng hai thúng gạo nếp để ăn uống thỏa thê. Vài hôm sau, hai cha con cầm lộ phí lên kinh thành. Đến trước cung vua, Tí bảo cha đứng chờ bên ngoài, còn mình lẻn vào trong và khóc to lên.

Lúc đó, vua đi ngang qua nghe tiếng khóc bèn sai lính đưa Tí vào hỏi: "Ngươi là con nhà ai, sao lại ở đây khóc ầm ĩ?", Tí bèn đáp: "Tâu bệ hạ, mẹ con mất sớm, nhà chỉ có hai cha con. Con muốn cha đẻ thêm em bé để có người bầu bạn, nhưng cha con không chịu. Xin nhà vua ra lệnh cho cha con đẻ em bé để con có em chơi."

Nghe xong, vua bật cười: "Ngươi muốn có em bé thì phải cưới vợ mới cho cha ngươi, chứ cha ngươi là đàn ông thì sao mà đẻ được."

Tí liền đứng dậy nói: "Vậy thì tại sao nhà vua lại ra lệnh cho làng con bắt ba con trâu đực phải đẻ ra chín con nghé? Trâu đực làm sao mà đẻ được?"

Nhà vua nghe vậy thì cười và bảo: "Đó là lộc ta ban. Thế các ngươi còn không cùng nhau xẻ thịt trâu ăn sao?"

Tí vui vẻ đáp: "Dạ, làng con đã đem trâu xẻ thịt ăn từ lâu rồi. Con và cha lên đây để xác minh lại lời của nhà vua."

Vua nghe vậy thì rất hài lòng, khẳng định rằng Tí là

người tài. Ông lập tức sai người chuẩn bị chỗ ở để đón tiếp cha con Tí.

Tối hôm đó, vua lại sai quan mang đến một con chim sẻ, ra lệnh cho cha con Tí phải làm sao từ con chim sẻ ấy mà bày ra bảy mâm đồ ăn lớn để dâng lên vua.

Lần này, Tí biết vua đang thử thách mình, liền lấy từ túi ra một cây kim nhỏ và nói với quan rằng: "Ngài hãy mài cây kim này thành con dao lớn để làm thịt chim."

Quan nghe vậy thì trở về bẩm báo với vua. Vua càng tin chắc Tí là người thông minh, tài trí.

Đúng lúc này, sứ giả từ phương Bắc đến thăm dò nước ta có người tài hay không. Sứ giả đưa ra một thử thách: mang đến một vỏ ốc dài rỗng hai đầu cùng một sợi chỉ, yêu cầu vua và các quan triều đình nghĩ cách xỏ sợi chỉ qua con ốc.

Vua và các quan đều đau đầu vì không ai làm được. Chợt nhà vua nhớ đến Tí, bèn cho gọi cậu bé vào. Nghe thử thách, Tí không trả lời ngay mà cất giọng hát:

" Tang tình tang tính tình tang,

Bắt con kiến càng buộc chỉ ngang lưng,

Bên thời lấy giấy mà bưng,

Bên thời bôi mỡ, kiến mừng kiến sang."

Nghe vậy, vua và mọi người làm thử: buộc sợi chỉ vào kiến, bên kia bôi mỡ, và quả nhiên kiến bò qua ốc, kéo sợi chỉ xuyên qua.

Sứ giả kinh phục nước ta và trở về nước. Nhờ lập công lớn, Tí được vua phong làm Trạng nguyên, cho xây phủ ở gần hoàng cung để tiện cho vua tham vấn khi cần.

2. Lời của dịch giả

Ngũ thường đức mà Nho giáo đề cao gồm: Nhân, Nghĩa, Lễ, Trí, Tín; xuyên suốt trong các chuẩn mực đạo đức cơ bản của con người, là nền tảng tu dưỡng phẩm hạnh. Tiên học lễ, hậu học văn là căn dặn của tổ tiên dành cho con cháu, đặt đạo đức làm nền móng cho việc làm người; tri thức là thứ yếu, đạo đức mới là yếu tố tạo nên thành công.

Nhân, Nghĩa, Lễ, Tín được vun đắp qua quá trình tu dưỡng hằng ngày, còn Trí phụ thuộc vào năng lực cá nhân và sự học hỏi không ngừng. Như Tử Cống từng ca ngợi Khổng Tử rằng: "Học bất yếm, Trí dã; giáo bất quyện, Nhân dã. Nhân thả Trí, Khổng Tử kí Thánh hĩ!" (Học không biết chán, đó là Trí; dạy không biết mỏi, đó là Nhân. Có Nhân và Trí, Khổng Tử quả là bậc Thánh!) Học rộng hiểu nhiều giúp con người gia tăng trí tuệ, từ đó phân biệt thiện ác, đúng sai.

Học thuyết của Mạnh Tử kế thừa và phát triển tư tưởng của Khổng Tử, dẫn dắt con người tu dưỡng Nhân, Nghĩa, Lễ, Trí một cách tinh tế hơn, gọi tắt là "Tứ đoan":

"Trắc ẩn chi tâm, Nhân chi đoan dã: Lòng trắc ẩn là mầm mống của Nhân

Tu ác chi tâm, Nghĩa chi đoan dã: Lòng biết hổ thẹn là mầm mống của Nghĩa

Từ nhượng chi tâm, Lễ chi đoan dã: Lòng nhường nhịn là mầm mống của Lễ

Thị phi chi tâm, Trí chi đoan dã: Lòng phân biệt phải trái là mầm mống của Trí"

Cho thấy, Ngũ thường đức là chuẩn mực không thể thiếu trong đối nhân xử thế.

望夫石
Hòn vọng phu

望夫石

一　原文

　　從前，有一對可憐窮苦的夫妻，生了兩個孩子，哥哥十一歲，妹妹六歲。夫妻倆每次去田裡工作或外出時，常常把兩個孩子留在家裡，交待哥哥要照顧好妹妹。

　　一天外出幹活前，媽媽給了兩個孩子一根甘蔗，叫哥哥剁給妹妹吃。哥哥舉刀剁甘蔗時，不料刀柄脫離，刀身飛出去，不幸打到妹妹的頭，妹妹昏了過去，鮮紅的血濺了一地。哥哥見狀，以為妹妹死了，驚慌失措，害怕之餘便離家出走。

　　哥哥一路走著，無目的地往前走，在流浪的路途上，餓了就向人討飯吃，累了就借宿在別人家中。流浪了十五年，他不知道自己走過了多少縣城，吃了多少家庭的米飯。最後，他在平定海域被一名漁夫收養了。

　　一天天地過去，男孩要成家了，他娶了一個漂亮的女孩做妻子，他的妻子也擅長編織魚網。每次丈夫的漁船靠岸，妻子就負責把丈夫打撈回來的魚拿到市集販賣。兩年後，他們生了一個孩子，兩夫婦感到無限的幸福。

那一天，海面波濤洶湧，丈夫沒有出海，就在家裡補魚網。午飯過後，妻子放下頭髮，請他幫忙抓蝨子，孩子在屋前蹣跚學步，獨自玩沙子，多麼和美的一幅景象。然而，暴風雨前的寧靜，貼貼切切描繪了世事「好景不常」的寫照。在丈夫撥弄妻子頭髮的那一瞬間，發現妻子右耳邊有個銅錢大的傷疤，丈夫很驚訝，因為長久以來妻子都以烏黑的長髮遮住了傷疤，刻意不讓任何人知道，包括她的丈夫。丈夫立即詢問疤痕是如何造成的，妻子笑著說：

二十多年前的那一天，我才六歲大，還不懂事，哥哥剁甘蔗給我吃。哇！致命的刀柄脫離刀身打中了我。我昏了過去。醒來時才知道，當時鄰居發現便急忙搶救，直到我爸媽回來，才抱著我跑去找醫生治療。幸好我還活著可以見到父母，但我失去了哥哥，因為事發之後，哥哥非常害怕，選擇逃跑了。我的父母到處尋找，仍杳無音訊。父母非常難過，因為傷心過度病倒了，然後相繼離世。至於我，無所依靠，又被人謀奪了所有的財產，並將我賣了，又被轉賣了很多次，流浪到了這裡，才遇見了你……

望夫石
Hòn vọng phu

　　站在背後的丈夫聽了妻子的敘述，知道自己娶了自己的親妹，臉色大變。得知父母離世的消息，頓覺撕心裂肺，痛苦難忍。但他還是極力克制自己的情緒，將痛苦埋藏在心底，不讓妻子察覺。

　　過了幾天，海浪平靜了，丈夫提著魚網出海捕魚。但這一次，再也沒有回來。在家苦苦等待的妻子，不知發生了何事，只是一味等待丈夫，日復一日，年復一年，依然等不到丈夫的蹤影。她不明白，為什麼所有出海的漁船都靠岸了，丈夫卻不知所蹤。

　　每當日落西山，她便抱著孩子爬到海口的山頂上，放眼眺望茫無邊際的海角。雖然淚眼已乾，但妻子依然抱著孩子上山等待，盼著丈夫歸來。後來，母女倆都化成了石。

　　至今，這塊石頭依然豎立在平定省富吉縣德吉海口的山頂上。人們稱它為望夫石。

二　譯者的話

　　《望夫石》典故具有深刻意義，體現了家庭與親情的情懷。妻子抱著孩子化成石在海口等待的景象，象徵了女子對愛情堅定不移，始終如一，忠貞不渝的節操。

這則故事教導我們要珍惜親情、彼此間要忠誠和寬容，勇敢面對錯誤，才不會造成終身的遺憾。故事中的哥哥因為年幼無知，選擇了逃避的方式解決問題，才造成後來在毫不知情的情況下娶了自己的妹妹，再造成另一齣悲劇。所以，無心犯下了錯誤，要能勇敢承擔，彌補錯誤造成的傷害，才是真正的勇者。

Hòn vọng phu

1. Nguyên Văn

Ngày xưa, có một đôi vợ chồng nghèo khổ sinh được hai đứa con. Anh trai mười một tuổi, còn em gái mới sáu tuổi. Mỗi lần cha mẹ đi làm ruộng hoặc ra ngoài, họ thường để hai anh em ở nhà và dặn anh trai phải chăm sóc em gái.

Một ngày nọ, trước khi ra đồng, mẹ đưa cho hai anh em một cây mía và bảo anh chặt cho em ăn. Khi anh trai giơ dao lên để chặt mía, bất ngờ lưỡi dao bị tách ra khỏi chuôi dao và bay trúng đầu em gái, khiến em ngất đi, máu đỏ tươi chảy lênh láng khắp nơi. Thấy vậy, anh trai nghĩ em gái đã chết nên hoảng sợ bỏ nhà ra đi.

Anh trai cứ đi mãi, không có mục đích, cứ thế đi về phía trước. Trên đường lang thang, khi đói thì xin cơm người ta, khi mệt thì xin ngủ nhờ nhà dân. Suốt mười lăm năm trời lang bạt, anh không biết mình đã đi qua bao nhiêu huyện thành, ăn bao nhiêu bữa cơm của những gia đình xa lạ. Cuối cùng, anh được một ngư dân nhận nuôi tại vùng biển Bình Định.

Ngày qua ngày, cậu bé ngày nào đã đến tuổi thành gia

lập thất. Anh cưới một cô gái xinh đẹp làm vợ, người vợ cũng rất giỏi đan lưới đánh cá. Mỗi lần thuyền chồng cập bến, người vợ sẽ đem cá ra chợ bán. Hai năm sau, họ sinh được một đứa con, hai vợ chồng cảm thấy hạnh phúc vô bờ bến

Một hôm, biển động dữ dội, anh ở nhà vá lưới. Ăn xong bữa trưa, vợ anh xõa tóc nhờ anh bắt chấy, còn đứa con thì đang chập chững đi ở trước sân, tự chơi nhặt cát. Khi nhìn thấy vết sẹo to như đồng xu trên tai phải của vợ, anh vô cùng ngạc nhiên, vì bấy lâu nay vợ anh luôn dùng mái tóc dài che đi vết sẹo, không để ai thấy, kể cả chồng mình. Anh liền hỏi về nguyên nhân vết sẹo đó. Vợ anh mỉm cười và kể: "Ngày đó, tôi mới sáu tuổi, còn ngây thơ lắm. Anh trai tôi chặt mía cho tôi ăn, không ngờ chuôi dao rơi ra, đập trúng tôi. Tôi ngất đi, đến khi tỉnh lại mới biết hàng xóm đã vội vàng cứu giúp, cho đến khi ba mẹ tôi về vội chạy đi tìm thầy thuốc. May mà tôi còn sống để gặp lại ba mẹ nhưng tôi đã mất anh trai của mình, anh ấy vì quá sợ hãi nên đã bỏ trốn. Ba mẹ tôi tìm kiếm anh khắp nơi nhưng không có tin tức gì. Buồn rầu quá nên ba mẹ tôi lâm trọng bệnh rồi lần lượt qua đời. Tôi không còn ai nương tựa, lại bị người ta mưu đồ cướp hết tài sản và bị bán lên tàu buôn. Sau khi bị bán qua nhiều tay, cuối cùng tôi đến được nơi đây và gặp anh..."

Người chồng đứng phía sau nghe xong biết mình đã lấy em gái ruột của mình, sắc mặt thay đổi. Khi biết tin ba mẹ đã mất, lòng anh đau đớn tan nát như bị xé thành từng mảnh. Nhưng anh cố gắng kiềm chế cảm xúc, giấu kín nỗi đau đó và không để vợ biết.

Vài ngày sau, biển lặng sóng, anh mang lưới đi đánh cá. Nhưng lần này, anh đi một mình và không bao giờ trở về. Người vợ ở nhà mỏi mòn chờ đợi nhưng không thấy chồng đâu. Cô không hiểu vì sao tất cả các thuyền đánh cá đã trở về, chỉ riêng chồng cô lại ra đi mãi mãi.

Mỗi khi hoàng hôn buông xuống, cô bế con trèo lên đỉnh núi ở cửa biển, nhìn ra xa về phía chân trời vô tận. Dù nước mắt đã cạn khô nhưng cô vẫn ngóng chờ chồng quay về. Rồi cuối cùng, hai mẹ con hóa thành đá.

Ngày nay, tảng đá đó vẫn còn trên đỉnh núi ở cửa biển Đề Gi, huyện Phù Cát, tỉnh Bình Định. Người ta gọi đó là Đá Vọng Phu.

2. Lời của dịch giả

Điển tích "Hòn Vọng Phu" mang ý nghĩa sâu sắc, thể hiện tình cảm gia đình và sự gắn kết thiêng liêng. Hình ảnh người vợ bồng con hóa đá chờ chồng nơi cửa biển tượng trưng cho lòng thủy chung son sắt, tình yêu trước sau như một của người phụ nữ.

Câu chuyện dạy chúng ta phải trân trọng tình thân, phải trung thành và bao dung với nhau, phải dũng cảm đối mặt với lỗi lầm để không gây ra hối tiếc suốt đời. Người anh trong câu chuyện vì không hiểu chuyện khi còn nhỏ nên đã chọn cách trốn tránh để giải quyết vấn đề, dẫn đến việc vô tình lấy em gái ruột của mình và gây ra một bi kịch khác.

Vì vậy, khi vô tình phạm sai lầm, chúng ta cần phải dũng cảm gánh vác trách nhiệm và bù đắp những tổn thương đã gây ra, đó mới là hành động của một người dũng cảm và có bản lĩnh thật sự.

後記

陳柔蒨
真理大學台灣文學系

　　當我開始著手寫這本書時，其實並不覺得自己有能力堅持到底。從揀擇故事、研究內容到翻譯，每一步對我而言既陌生又充滿挑戰。我以前從未認真做過這樣的事情，但也正因如此，我更加珍惜自己走過的每一個步伐。

　　我之所以展開這個計畫，其實是出於一種非常單純的感覺。自從來到台灣，發現許多越南新住民的第二代，母親祖籍越南，但他們卻對母親祖國的文化、風俗所知甚少。我從小聽爸媽講的故事，在電視上或課本裡看過的那些越南民間故事，對我來說，都無比親切、熟悉，但對他們而言卻變得遙遠又陌生。我希望能為這些即將被遺忘的記憶保留一點痕跡；如果可以，也希望透過這些故事，讓國際讀者更深入地了解一個簡樸而深邃的越南。

　　在這段過程中，我遇到不少困難，越南童話中有許多具有象徵意義的細節，要用中文完整傳達並不容易。

我並不是語言學專業出身，也不是特別擅長翻譯的人，只能一邊查資料、一邊請教、一步步摸索，所幸的是，我並不孤單。

　　在此，我以最誠摯的心感謝一直與我並肩同行的老師們，您們的鼓勵、指導與建議，猶如一盞照亮我前方迷茫的明燈。閱覽老師們的評語，我既感動又羞愧，頓覺無地自容，深知自己尚有諸多不足，擔不起這千鈞重的讚譽，但正因為老師們的信任與期望，給了我繼續努力的勇氣。

　　自覺本身還很淺學，因此這本譯作必定未臻完美。但在這乳臭未乾的字裡行間，隱藏著一顆真心、一份竭力守護與分享越南文化的真誠。

　　希望這本小作能成為連結帶有越裔血脈子弟與母親故鄉情懷的一座橋樑，也讓熱愛越南的朋友們，能以最親切的方式接觸越南文化。無論您是何人，在翻閱這每一頁當中，我深切地希望有某一段能帶給您們一絲微笑、一則道理、一段回憶、或純粹只是一段閒暇的閱讀時光；就此而已，對我而言，已是莫大的幸福了。

陳柔儁
真理大學台灣文學系
2025 年 3 月 20 日

Hậu Kí

Đông Lệ Quyên
Khoa Văn học Đài Loan - Trường Đại Học Chân Lý

Khi bắt tay vào thực hiện chuyên đề này, tôi không nghĩ rằng mình sẽ có thể đi đến cuối cùng. Từ việc lựa chọn truyện, nghiên cứu nội dung đến việc chuyển ngữ. Tất cả đều là những việc tôi chưa từng làm một cách nghiêm túc trước đây. Nhưng cũng chính vì vậy, tôi càng trân trọng từng bước mình đã đi qua.

Lý do khiến tôi bắt đầu có lẽ bắt nguồn từ một cảm giác rất giản dị. Từ khi sang Đài Loan, tôi nhận thấy rằng nhiều bạn trẻ thế hệ thứ hai có mẹ là người Việt dường như không hiểu rõ về văn hóa, phong tục của quê hương mẹ mình. Những câu chuyện cổ tích tôi được ba mẹ kể lúc nhỏ hay từng xem trên truyền hình, những câu chuyện rất thân quen với tôi, với bao người Việt bỗng trở nên xa lạ. Tôi mong muốn góp một phần nhỏ để những ký ức ấy không bị lãng quên, và nếu có thể, để bạn bè quốc tế hiểu thêm về một Việt Nam dung dị mà sâu sắc thông qua kho tàng truyện dân gian.

Trong hành trình thực hiện, tôi đã đối mặt với không ít khó khăn. Nhiều chi tiết mang tính biểu tượng trong truyện Việt rất khó diễn đạt bằng tiếng Trung sao cho trọn ý. Tôi không có nền tảng chuyên sâu về ngôn ngữ học, cũng không phải là người có kỹ năng xuất sắc. Tôi đã tra cứu, mày mò, hỏi han và thật may mắn, tôi không hề đơn độc.

Tôi muốn dành phần quan trọng nhất trong đoạn hậu ký này để bày tỏ lòng biết ơn chân thành đến các thầy cô đã luôn bên tôi. Những lời động viên, hướng dẫn và góp ý của thầy cô chính là ánh sáng giúp tôi đi tiếp khi mọi thứ còn mơ hồ. Có những lúc đọc lại lời nhận xét, tôi vừa cảm thấy xúc động, vừa có phần ngại ngùng vì tôi biết mình vẫn còn rất nhiều thiếu sót. Tôi không nghĩ mình xứng đáng với những lời khen lớn lao như thế. Nhưng chính sự tin tưởng và kỳ vọng ấy đã tiếp thêm cho tôi can đảm để cố gắng đến cùng.

Tôi cũng hiểu rằng bản thân mình vẫn còn non nớt, và bản dịch này chắc chắn chưa được hoàn hảo. Nhưng tôi tin rằng, trong sự vụng về ấy vẫn có một phần thật lòng một phần nỗ lực chân thành muốn gìn giữ và chia sẻ những giá trị văn hóa Việt.

Tôi mong rằng cuốn sách nhỏ này sẽ là một chiếc cầu

nho nhỏ. Nối những bạn trẻ gốc Việt với ký ức tuổi thơ, và giúp những ai yêu Việt Nam có thể tiếp cận văn hóa Việt Nam từ một góc nhìn gần gũi nhất. Dù bạn là ai, tôi hy vọng rằng bạn sẽ tìm thấy trong những trang sách này một điều gì đó khiến bạn mỉm cười, một bài học, một ký ức, hay đơn giản là một khoảng thời gian thư giãn. Chỉ cần như vậy thôi, với tôi, đó đã là niềm hạnh phúc lớn nhất rồi.

Đông Lệ Quyên

Khoa văn học Đài Loan - Trường Đại học Chân Lý

Ngày 20 tháng 3 năm 2025

國家圖書館出版品預行編目(CIP)資料

穿越時空越南神話故事 = Xuyên không vào truyện cổ tích Việt Nam / 陳柔蒨著. -- 初版. -- 臺北市：萬卷樓圖書股份有限公司, 2025.04　面；　公分
中文、越南文對照

ISBN 978-626-386-266-1(平裝)

1.CST: 神話　2.CST: 越南

283.83　　　　　114003721

出版可樂吧叢刊 1309B06

穿越時空越南神話故事
Xuyên không vào truyện cổ tích Việt Nam

作　　者	不著撰人	發 行 人	林慶彰
編 譯 者	陳柔蒨	總 經 理	梁錦興
責任編輯	陳柔蒨	總 編 輯	張晏瑞
封面設計	呂玉姍	編 輯 所	萬卷樓圖書（股）公司
特約校對	黃佳宜	發 行 所	萬卷樓圖書（股）公司
			106 臺北市大安區羅斯福路二段 41 號 6 樓之 3
		電　　話	(02)23216565
		傳　　真	(02)23218698
		電　　郵	service@wanjuan.com.tw

ISBN　978-626-386-266-1（平裝）
2025 年 4 月初版
定價：新臺幣 280 元

版權所有・翻印必究

Copyright©2025 by Wan Juan Lou Book's CO.,Ltd.
All Rights Reserved　　PrintedinTaiwan